மண்புழு
என்னும் உழவன்
வளர்ப்பும் தொழில்நுட்பமும், பயன்களும்

மண்புழு

என்னும் உழவன்

வளர்ப்பும் தொழில்நுட்பமும், பயன்களும்

பேராசிரியர் சுல்தான் அகமது இஸ்மாயில்

எதிர் வெளியீடு

பூவுலகின் நண்பர்கள்

மண்புழு என்னும் உழவன்

ஆசிரியர்: பேராசிரியர் சுல்தான் அகமது இஸ்மாயில்
உரிமை: ஆசிரியருக்கு
முதல் பதிப்பு: டிசம்பர் 2012
இரண்டாம் பதிப்பு: ஆகஸ்ட் 2017

எதிர் வெளியீடு,
96, நியூ ஸ்கீம் சாலை, பொள்ளாச்சி – 642 002.
தொலைபேசி: 04259 – 226012, 99425 11302.

பூவுலகின் நண்பர்கள்
A2, அலங்கார் பிளாசா
106/2, முதல் தளம், கனகதுர்கா காம்ப்ளெக்ஸ்,
கங்கையம்மன் கோவில் தெரு, வடபழனி, சென்னை – 600 026
இணையம்: www.poovulagu.org

வடிவமைப்பு: ஆதி, ஜீவமணி

விலை: ரூ. 100

mannpuzhu ennum uzhavan
Author: Sultan Ahamed Ismail

Second Edition: August 2017
Published by
Ethir Veliyedu,
96, New Scheme Road. Pollachi - 2.
email: ethirveliyedu@gmail.com
www.ethirveliyedu.in

Poovulagin Nanbargal
106/2, First Floor, Kanaga Durga Complex
Gangaiamman Koil Street, Vadapalani, Chennai - 600 026
email: info@poovulagu.org
www.poovulagu.org

Price: ₹ 100

ISBN: 978-81-933955-6-1

Printed by: Jothy Enterprises, Chennai.

அமைதியும் பொறுமையுமாக
இந்தப் புத்தக உருவாக்கத்தில்
எனக்குத் துணைபுரிந்த
என் மனைவி
தஸ்னீமுக்கு

ஆசிரியரைப் பற்றி

டாக்டர் சுல்தான் இஸ்மாயில் (பிறப்பு: அக்டோபர் 9, 1951) தனது பள்ளிப் படிப்பினை பாண்டிச்சேரியிலுள்ள புனித ஜோசப் உயர்நிலைப் பள்ளியிலும், பட்டப் படிப்பையும் முதுகலைப் பட்டப் படிப்பையும் சென்னை புதுக்கல்லூரியிலும், பி.எச்.டி. பட்டப் படிப்பைச் சென்னை லயோலா கல்லூரியிலும் மேற்கொண்டவர். 2001ஆம் ஆண்டு சென்னைப் பல்கலைக்கழகத்தில் உயர்பட்டமான D.Sc. பெற்றார். 1978ஆம் வருடம் முதல் அவர் மண்புழுக்களைக் குறித்த ஆய்வினை நடத்தி வருகிறார். அதுவரையில் அறிவியல் இதழ்களில் 65 அறிவியல் கட்டுரைகளையும், பல வெகுஜனக் கட்டுரைகளையும் வெளியிட்டுள்ளார். சென்னை பெருநகர் ரோட்டரி சங்கத்தின், 92 & 93 ஆம் ஆண்டிற்கான வோகேஷனல் சேவை விருது, எக்ஸ்னோரா நிறுவனத்தின் சுற்றுச்சூழல் நண்பன் விருது (1994), காமன் வெல்த் அசோஷியனின் அறிவியல், தொழில் நுட்பம், கணிதம் ஆகிய துறைகளில் செயல்படும் கல்வியாளர்களுக்கான விருது (1995), ஆஸ்திரேலியாவின் சர்வதேச கல்வி நிறுவனத்தின் ஃபெலோஷிப் (1996) ஆகியவற்றைப் பெற்றவர். சூழலியல் கல்விக்காகவும் விழிப்புணர்வுக்காகவும் தமிழக அரசின் சூழலியல் துறையின் அறிஞர் அண்ணா விருதை 2005இல் பெற்றார். பெங்களூர் பல்கலைக்கழகம் மற்றும் தேசிய இயற்கை விவசாய வாரியம் மற்றும் தேசிய தோட்டக்கலைத்துறை மூன்றும் இணைந்து விவசாயத் துறைக்கான தலைமை விருதை வழங்கியன.

டாக்டர் இஸ்மாயில் பலமுறை பயணங்கள் மேற்கொண்டு, மண்புழு வளர்ப்புக்கு உள்ளூர் புழுக்களையே பயன்படுத்துவதைப்

பெரிதும் ஊக்குவித்து வருகிறார். சென்னையில் புதுக்கல்லூரியில் 1974லிருந்து பணியாற்றிவருகிறார்.

"அரைஸ்", எம்.எஸ். சுவாமிநாதன் ஆய்வு மையம், ஐ.ஐ.டி. எம்.சி.ஆர்.சி., கில்ட் ஆஃப் சர்வீஸ், இந்திய செஞ்சிலுவை அமைப்பு, நியாமத் ஆய்வு நிறுவனம், பிரிட்டனிலுள்ள லான்காஸ்டர் பல்கலைக்கழகம், ஜப்பானின் மியாஸாக்கி மருத்துவக் கல்லூரி மற்றும் பல நிறுவனங்களுடன் தொடர்புகொண்டுள்ளார். Who's Who in the World (1996 - மார்க்குவாஸ், அமெரிக்கா) வெளியீட்டிலும், சாதனை புரிந்த மனிதர்கள் (1996) (கேம்பிரிட்ஜ் பல்கலைக் கழகத்திலுள்ள சர்வதேச வாழ்க்கைக் குறிப்பு மையம்) வெளியீட்டிலும் இவரது வாழ்க்கைக் குறிப்பு இடம்பெறுகிறது. மலேசிய பல்கலைக்கழகத்தில் வருகைதரு பேராசிரியராகவும், பினாங்கு வெளியீட்டாளர் சங்கத்தில் பங்கு பெறுபவராகவும் உள்ளார்.

பதிப்புரை

நீங்கள் இணைய தளத்தில் மண்புழு என்று தேடினால் உங்களுக்கு கிடைப்பது சுல்தான் இஸ்மாயில் என்ற பெயர்தான். மண்புழுவையும் சுல்தான் இஸ்மாயிலையும் பிரிக்க முடியாது. மண்ணின் உயிராகவும், உரமாகவும் விளங்குவது மண்புழுதான். இன்னும் சொல்லப்போனால் மண்புழுவே உழவன். பசுமைப் புரட்சியின் முதல் பலி மண்புழுதான். ஒரு நிலம் காற்றோட்டமாகவும். நீர்மையுடன் திகழ்வதற்கு அடிப்படை உயிரினம் மண்புழுதான். இதன் அடிப்படை அறியாமல் பசுமைப்புரட்சி என்கிற பெயரில் நிலத்தில் உரங்கள் என்ற பெயரில் நஞ்சான உப்பைத் தூவினர். மண்புழுவின் உடலைச் சற்று எண்ணிப் பாருங்கள். அதன்மேல் ரசாயன உரங்கள் விழுந்தால் என்னவாகும்? ஒட்டுமொத்தமாக மண்புழுக்கள் பசுமைப்புரட்சியினால் அழிந்தன. நிலங்களில் இருந்த புதைவுத்தன்மை முற்றிலும் மறைந்துபோயிற்று. டிராக்டர் இந்தியாவில் முதலில் அறிமுகமாகும் போது எல்லா வயல்களிலும் டிராக்டர் மண்ணில் புதைந்துபோனது. ஏனெனில் நிலம் அவ்வளவு உயிர்ப்புடனும் சகதித்தன்மையுடன் இருந்தது. இன்றோ மண்புழு அழிந்து நிலம் கெட்டிப்பட்டுவிட்டது. இன்று லாரிகளே நிலத்தின் மீது செல்கின்றன. பசுமைப்புரட்சியை நாம் எந்தக் காரணம் கொண்டும் ஆதரிக்க முடியாது. மீண்டும் நம் பாரம்பரிய, பழைய, இயற்கை விவசாய முறைக்கு திரும்புவதே மாற்று. அதன் முதல்படி மண்புழுவை உயிர்ப்பிப்பதுதான். மண்புழுவை உயிர்ப்பிப்பதற்கு நம்மிடம் நீண்ட காலமாக உள்ள செல்வம் சுல்தான் இஸ்மாயில் அவர்கள்தான். அவர்களுடைய மண்புழு புத்தகம் ஆங்கிலத்தில் எழுதப்பட்டது. உலக அளவில் அவருடைய முக்கியத்துவம் தெரிவதற்கு இப்புத்தகமே காரணம். இப்புத்தகத்தை 2001இல் பூவுலகின் நண்பர்கள் தமிழில் மொழிபெயர்த்து ஓரியண்ட் லாங்மேன் பதிப்பகத்ததால் வெளியிடப்பட்டது. பின்பு 2008இல் பினாங்கு பயனீட்டாளர் சங்க வெளியீடாக வந்தது. மீண்டும் மண்ணின் சுழற்சியைப் போல பூவுலகின் நண்பர்கள் இப்புத்தகத்தை வெளியிடுகிறது. இப்புத்தகத்தை மண்ணை நேசிப்பவர்கள் யாரும் மறுக்க முடியாது. இது புத்தகமல்ல, உங்கள் இதயத்தை காற்றோட்டமாக வைத்திருக்க உதவும் அற்புதமான உயிரினம்.

12 ஜனவரி 2013

பூவுலகின் நண்பர்கள்

உள்ளடக்கம்

- முன்னுரை 11
1. அறிமுகம் 13
2. மண்புழுக்கள்: சூழல் வகைகள் 16
3. மண்புழுக்களின் உடலமைப்பு 29
4. மண்புழுக்களின் வாழ்க்கைச் சுழற்சி 40
5. மண்புழுக்கள் வளர்ப்புக்கு 47
6. மண்புழு வளர்ப்பும் மண்புழு தொழில்நுட்பமும் 53
7. வயல்களில் நடத்தப்பட்ட ஆய்வுகள் 70
8. மண்புழுக்கள்: இயற்கை வேளாண்மையில் அவற்றின் பயன்கள் 87
9. மண்புழுக்கள்: இறுதிப் பயன்களும் திறனும் 98
10. மண்புழு தொழில்நுட்பம்: ஆய்வறிக்கைகள் 104
- முடிவுரை 108
- அருஞ்சொற்பொருள் 109

முன்னுரை

மண்புழு தான் நிறைய பாரம்பரிய விஞ்ஞானிகள், துறவிகள், கவிஞர்களின் விருப்பத்துக்குரிய விவாதப்பொருளாகவும் புகழ்ச்சிக்குரிய உயிரியாகவும் இருந்திருக்கிறது. எந்த வகையான கடுமையான மண்ணையும் ஊடுருவக் கூடியவை என்று மனோன்மணியம் சுந்தரனார் வியந்திருக்கிறார். பூமியின் குடல்கள் என்று அரிஸ்டாட்டிலும் இயற்கையின் உழவன் என்று சார்லஸ் டார்வினும் புகழ்ந்திருக்கிறார்கள்.

மண்புழுக்கள் எப்பொழுதுமே உழவர்களின் நண்பர்களாக கருதப்பட்டிருக்கிறார்கள். மண்ணின் இயங்கியல், வேதியியல் மற்றும் உயிரியல் காரணிகளுடன் மிகுந்த நேர்மறையான விளைவைக் கொண்டிருக்கின்றன. மண்புழுக்கள் தாம் மண்ணின் உயிர்த்தொழில் நுட்ப வல்லுனராகவும், மண்ணின் கழிவை நிர்வகிப்பவையாகவும் இருக்கின்றன. அதிக அளவில் கரிமக் குப்பைகளையும், கழிவையும் விழுங்குபவையாகவும் அதை மிகவும் மதிக்கத்தக்க 'மண்புழு உரமாக' மாற்றுபவையாகவும் அறியப்படுகின்றன.

மண்புழுக்கள் பல மடங்கு முக்கியத்துவம் வாய்ந்தவை. கரிமக் கழிவை புதைப்பதில், கரிம கனிமப் பொருட்களை தன் கழிவுடன் கலப்பதில், நிலத்தை உழுவதன் வழியாக, நிலத்தின் கட்டமைப்பை மறுவடிவம் செய்வதில் மண்ணின் முதுகெலும்பற்ற உயிரிகள் குறிப்பிடத்தக்கவையாக இருக்கின்றன. கரிமக் கழிவுகளை ஊட்டச் சுழற்சி, மண்ணின் அமைப்பு, மண் வளம், அதன் விளைச்சல், வேளாண்மை மற்றும் கரிமக் கழிவை நிர்வகிப்பதில் அதன் கையாள்கை ஆகியவற்றின் முக்கியத்துவம் நன்றாக நிறுவப்பட்டுள்ளது. ஆகவே, நிலத்தை மீள் உரமூட்டுவதில் தலைமைப் பொறுப்புடையவையாக மண்புழுக்கள் கருதப்படுவதே, மண்புழு நிலத்தின் நாடித்துடிப்பாகவும், அத்துடிப்பு ஆரோக்கிய

முடையதாக இருக்கும் பொழுது நிலமும் ஆரோக்கியமுடையதாக இருக்கிறது என்றும் எழுதத் தூண்டுகிறது.

மண்புழுவைப் பற்றி அறிய விரும்பும் எவரும் வாசிப்பதற்குரிய எளிமையான வடிவில் இந்த நூல் தொகுக்கப்பட்டிருக்கிறது. சர்வதேச அளவில் மண்புழு பற்றிய விவரங்கள் மேற்கோள் காட்டப்பட்டாலும், இந்திய மண்புழுக்களுக்கே முக்கியத்துவம் கொடுக்கப்பட்டிருக்கிறது, அதிலும் தமிழ்நாட்டைச் சேர்ந்த மண்புழுக்களுக்கு வாசகர்களை கவனத்தில் கொண்டு முக்கியத்துவம் கொடுக்கப்பட்டிருக்கிறது. இதில் மேற்கோள் காட்டப்பட்டிருக்கும் இலக்கிய குறிப்புகளுக்கு உரிய அங்கீகாரம் கொடுப்பதிலும் உரிய அக்கறை கொடுக்கப்பட்டிருக்கிறது. அதில் தவறு ஏதும் ஏற்பட்டிருந்தால் என் மன்னிப்பைக் கோருகிறேன்.

புதுக்கல்லூரியுடனான என்னுடைய கடந்தகால உறவுக்கும், என்னுடைய ஆசிரியர்களின் வழி நடத்துதலுக்கும் என்னுடைய ஆற்றலில் நீக்கமற கலந்திருக்கும், என்னுடைய பணியில் உதவியாக இருக்கும் முன்னாள், இன்னாள், எதிர்நாள் மாணவர்களுக்கும் கூட நான் உண்மையிலேயே நன்றி கூறுகிறேன். ஏனெனில், அவர்களுடைய பெருவாரியான தரவுகள் இன்றி இந்தப் பணி சாத்தியமாகி இருக்காது.

என்னுடைய குடும்பத்தினருக்கு, என் தாய், மனைவி, என் மகள், மருமகன், என் பேத்திகள் அஸ்மா மற்றும் ஹஃப்ஸா ஆகியோர் சிறப்பான பாராட்டுக்குரியவர்கள். என்னுடைய ஆரோக்கியமான நட்பு வட்டத்திற்கும் என்னுடைய சிந்தனைக்கு பெரிய அளவில் ஊற்றாக இருக்கும் விவசாய நண்பர்களுக்கும் நான் தயவு உடையவனாக இருக்கிறேன்.

பூவுலகின் நண்பர்கள் தரும் ஒத்துழைப்பை விவரிக்க எனக்கு வார்த்தைகள் இல்லை. அவர்கள் இன்றி இந்தப் பதிப்பு உங்கள் கையில் இருந்திருக்காது.

எல்லாம் வல்ல பேராற்றலுக்கும் நான் நன்றியும் பணிவும் உடையவனாக இருக்கிறேன்.

10 ஜனவரி 2013   சுல்தான் இஸ்மாயில்

1. அறிமுகம்

எளிமையான அமைப்பினைக் கொண்ட உயிரினங்களான மண்புழுக்கள் ஆற்றியது போன்றதொரு முக்கியப் பங்கினை உலக வரலாற்றில் பிற உயிரினங்கள் ஆற்றியனவா என்பது சந்தேகத்திற்குரியதே.

- டார்வின். சா. (1881)

மண்ணில் நடைபெறும் நடவடிக்கைகளை முறைப்படுத்துவதில் கண்களுக்குப் புலப்படக்கூடிய முதுகெலும்பற்ற உயிரினங்கள் முக்கியபங்கு ஆற்றுகின்றன. கரையான்களும், மண்புழுக்களும் மண் வளத்தினைப் பராமரிப்பதிலும் மண்ணில் ஊட்டச் சத்துக்களின் சுழற்சியை உண்டாக்குவதிலும் இன்றியமையாத பங்கினை ஆற்றுகின்றன.

உயிரியல் வகுப்பு மாணவர்களுக்கு, மண்புழு சோதனைக்கூடத்தில் ஆய்வு செய்யப்படும் ஓர் உயிரினம்; மீன் பிடிப்பவர்களுக்கு அது தூண்டில் புழு; சராசரி மனிதனுக்கு 'இன்னொரு விலங்கு உயிரினம்' மண்புழுவை நாம் தெரிந்து வைத்திருப்பது இப்படித்தான். மண்புழு பரிணாம வளர்ச்சி தொடர்பான ஆய்வுகளுக்காகப் புகழ்பெற்ற டார்வின் (1837), மண்ணின் வளத்தில் மண்புழுக்களின் பங்கினைக் குறித்து எடுத்துரைத்த முன்னோடிகளில் ஒருவர்.

"நல்ல உரம் குறித்த உள்ளுணர்வு உடையவனே நல்ல தோட்டக்காரன்" என்று கூறப்படுகிறது. 'மட்குவுரம்' என்பது அங்கக்கழிவுகளில் நடைபெறும் உயிரியல் நடவடிக்கைகளின் உற்பத்தி என்று கூறலாம். மண் அமைப்பில் மண்புழுக்கள் முக்கிய இடத்தைப் பெற்றுள்ளன. அற்ப உயிரினம் என்று பலராலும் கருதப்படும் மண்புழுக்கள், இலட்சக்கணக்கான வருடங்களாக மண்ணை உழுது ஊட்டச்சத்துக்களின் மறுசுழற்சியை ஊக்குவித்து தாவரங்களின் வளத்தினைப் பெருக்கிடும் நம்பிக்கை நட்சத்திரங்களாக இருந்து வருகின்றன.

மண்ணில் நடைபெறும் ஊட்டச்சத்து சுழற்சிக்கான உயிரியல் உத்திகளில், ஒரு முக்கிய அங்கமாக மண்புழுக்கள் விளங்குகின்றன. அவை வாழும் சமூகங்களின் அமைப்பு, அவை எப்படிப்பட்ட மண்ணில் வளமாக வாழ்கின்றன என்பதை தெளிவாகச் சுட்டிக் காட்டுகிறது.

ஏறத்தாழ 60 கோடி வருடங்களுக்கு முன்னரே தோன்றியவை மண்புழுக்கள், பிரிட்டனின் வில்ட்ஷயரில் போட்டெரன் என்னுமிடத்தில், வெண்கலக் காலத்தைச் சேர்ந்த இளம் மண்புழுவின் புதைவடிவம் ஒன்று புழுக்கூட்டுடன் சமீபத்தில் தோண்டியெடுக்கப்பட்டுள்ளது.

இன்றைய உலகில் இரசாயனப் பொருட்களின் ஆக்கிரமிப்பினால் உரம் மற்றும் பூச்சிக்கொல்லிகளின் மூலம் அவற்றின் மண்ணின் அமைப்பு முற்றிலும் மாற்றப்பட்டு பெரும்பாலான இடங்களில் மண்வாழ் உயிரினங்களும் நுண்ணுயிரிகளும் முற்றிலும் அழிக்கப்பட்டுவிட்டன. மண் செத்துக் கொண்டிருக்கிறது என்னும் அதிர்ச்சியூட்டும் உண்மை நம்முன் வந்து நிற்கிறது.

குறிப்பிட்ட சில மேய்ச்சல் அல்லது விளைச்சல் நிலங்களில் மட்டுமே மண்புழுக்கள் வாழ்ந்து வருவதற்கு, ஒரு சில சூழல்களில் மட்டுமே வாழும் பண்பினை அவை பெற்றிருப்பதைக் காரணமாகக் கூறலாம். உரம் மற்றும் பூச்சிக்கொல்லிகளின் மிகை பயன்பாட்டினைக் கொண்டு இன்று மேற்கொள்ளப்பட்டுவரும் தோட்டக்கலை, காடு வளர்ப்பு வேளாண்மைத் திட்டங்களின் மூலம் இயற்கைச் சூழலமைப்புகளுக்கு மனிதனால் பெருத்த இடையூறுகள் ஏற்படுகின்றன. மண்ணிலுள்ள உயிரினங்கள் அழிவதற்கு இதுவே காரணம்.

மண்ணும் அதிலுள்ள உயிரினங்களும் சேர்ந்ததுதான் "உயிருள்ள மண்" எனப்படுகிறது என்பதை நாம் உணர வேண்டும். மண்ணின் வளத்தைச் சுட்டிக்காட்டும் அடையாளச் சின்னங்கள் என்று மண்புழுக்களை கூறலாம். பாக்டீரியா, பூஞ்சை, ஆக்டினோமைசீடுகள், ஒரு செல் உயிரிகள், பூச்சிகள், சிலந்திகள், மரவட்டைகள் போன்ற மண்வளத்தைக் காக்கும் பல்வேறு உயிரினங்களின் நலவாழ்விற்கும் மண்புழு ஆதாரமாக உள்ளது.

மண்புழுக்கள் மண்ணில் வாழ்வதோடு மட்டுமின்றி தமது செயல்களினால், மண்ணில் ஏற்படும் வேதியல், இயற்பியல் மாற்றங்களுக்கு உதவுகின்றன. இதன் மூலம் மண் வளத்தைப் பெருக்கவும், தாவர வளர்ச்சியை ஊக்குவிக்கவும் வழிவகுக்கின்றன.

மண்புழுக்கள் வெளியிடும் ‘நாங்கூழ் மண்ணில்’, நுண் உயிரிகள் பெருமளவு உள்ளன.

பெட்டார்டு (Beddard, 1912) மண்புழுக்களை பற்றிக் கூறும்போது, குறிப்பாக உலகின் மித வெப்ப மண்டலங்கள் மற்றும் வெப்ப மண்டலங்களின் மண்ணில் வாழும், முதுகெலும்பற்ற உயிரினங்களின் உயிர் நிறைக்கு பெருவாரியாகத் துணைபுரியும் கண்டங்களால் ஆன அமைப்பைக் கொண்டதுமான மண்புழுக்கள் என்று வர்ணித்துள்ளார்.

செத்துப்போன விலங்குகள், தாவரப் பொருட்கள், காட்டிலுள்ள குப்பை இவற்றை மக்க வைத்து மண்ணின் அமைப்பு, காற்றோட்டம் மற்றும் வளத்தினைப் பராமரிப்பதில் மண்புழுக்களின் பங்கினை டார்வின் (1881) கண்டறிந்துள்ளார். மண்புழுக்கள் உருவாக்கத்திலும் மண்ணின் செழுமையிலும் நல்லதொரு பங்கினை ஆற்றுகின்றன என்ற இவரது கண்டுபிடிப்பை ஹென்சென், மியூலர், உர்குஹார்ட் போன்ற 19ஆம் நூற்றாண்டைச் சேர்ந்த அறிவியல் ஆய்வாளர்களும் ஆமோதித்துள்ளனர்.

டார்வினின் ஆராய்ச்சி முடிவுகளுக்கு பிறகு மண்புழுக்களைப் பற்றிய ஆய்வுகளில் அதிக ஆர்வம் செலுத்தப்பட்டது. ஆனால், டார்வின் தனது முதல் ஆய்வுக் கட்டுரையைப் பிரசுரித்த (1837) 160 வருடங்களுக்குப் பிறகும் வேளாண் நிலங்களில் மண்புழுக்களின் முக்கியத்துவம் சரியாகப் புரிந்து கொள்ளப்படாமலேயே இருந்து வந்துள்ளது.

அமைதியான இந்த உயிரினங்களோ, பசுமைப் புரட்சிக்குப் பல ஆயிரம் வருடங்கள் முன்பிருந்தே மண்ணை உழுது வளப்படுத்தும் அற்புதச் செயலினைச் செய்து கொண்டிருக்கின்றன. இந்தியா, சீனா, ஈரான் நாடுகளின் பழங்குடி மக்கள் சிலருக்கு மண்புழு நோய் தீர்க்கும் மருந்தாகவும் பயன்பட்டு வருகிறது.

மண்புழுக்கள் குறித்த விழிப்புணர்வு வளர்ந்து வரும் இவ்வேளையில் விவசாயிகள், தோட்டக்கலை ஆர்வலர்கள், குடும்ப மாதர்கள், பள்ளிச் சிறுவர்கள் என அனைவருக்கும் மண்புழுக்கள் குறித்த தகவல்கள் சென்றடைய வேண்டியது அவசியமாகிறது.

மண்புழுக்கள் பற்றியும், நிலங்களைச் செழுமைப்படுத்துவதிலும், அங்கக் கழிவுகளை மறுசுழற்சி செய்வதிலும் அவற்றிற்குள்ள திறன்கள் ஆகியவற்றைக் குறித்து இப்புத்தகத்தின் மூலம் நீங்கள் தெரிந்துகொள்ள முடியும்.

2. மண்புழுக்கள்: சூழல் வகைகள்

ஒரு ஹெக்டருக்கு சுமார் 1 கிலோ எடையேயுள்ள பறவைகள் என ஆய்வு செய்யும் அளவுக்கு பறவையியலுக்கு முக்கியத்துவம் கொடுக்கப்பட்டுள்ளது. ஆனால் ஒரு ஹெக்டருக்கு 100க்கும் மேற்பட்ட கிலோகிராம் அல்லது டன் மண்புழு இருந்தும் அவற்றை ஆய்வு செய்வதற்கு போதுமான ஆய்வாளர்கள் இல்லாதது, சூழல் பற்றிய நம்முடைய குறுகிய பார்வையையே காட்டுகிறது. பூமிக்கு மேலே உள்ள உயிரினங்களை மட்டும் ஆய்வுக்கு உட்படுத்திவிட்டு, கீழே உள்ள உயிரினங்களைப் புறக்கணித்துவிட்டோம்.

- ஃபூச்சே, எம்.பி., (1985)

மண்புழுக்களில் பெரும்பான்மையானவை மண்ணில்தான் வாழ்கின்றன. ஆனால் போன்டோடிரிலஸ் பெர்முடென்ஸிஸ் (Pontodrilus bermudensis) போன்ற ஒரு சில சிற்றினங்கள் நதிமுகத்துவார நீரிலும் நன்றாக வாழக்கூடியனவையே. மண்புழுக்களின் வகையை கண்டுகொள்ள பகுப்பியல் பாகுபாடு பயனுள்ளதாக இருந்தாலும், மனிதகுலத்தின் நன்மைகக்கு மண்புழுக்களை ஈடுபடுத்த, சூழலியல் அடிப்படையிலான வகைபாடு மேலும் பொருத்தமானதாக உள்ளது. ஆனால் இதுபோன்ற வகைப்படுத்துதல் கூட, குறிப்பாக அதி வெப்ப மண்டலப் பகுதிகளில் பொருந்தும் என்று கூற இயலாது. இங்கு மண்புழுக்கள், மக்கும் மரக்கட்டைகளுக்கு அடிப்புறத்திலும், நெற் செடிகளின் அடிப்பகுதியிலும், ஈரமான வீட்டுக் கூரைகளிலும், மரங்கள் மீதும், சில நேரங்களில் மாவரைக்கும் கல்லுக்கடியில் உள்ள அங்ககப் பொருட்களிலும் கூட காணப்படுகின்றன.

பகுப்பியல் அடிப்படையில், உலகெங்கிலும் உள்ள மண் புழுக்கள் ஐம்பெரும் குடும்பங்களாக வகுக்கப்பட்டுள்ளன. இவை மானிலிகேஸ்ட்ரிடே (Moniligastridac), மெகாஸ்கோஸிலிடே (Megascolicidae), யூட்ரிலிடே (Eudrilidae), கிளோஸோஸ்கோலிஸிடே

(Glossosco licidae), லும்பிரிஸிடே (Lumbricidae) ஆகியவை இந்தியாவின் சில சுணைப்புழுக்கள் (Oligochaeta) வகையை பற்றி ஜூலிகா (1988) தமது Fauna of India என்ற நூலில் விவரித்துள்ளார். இந்திய மண்புழுக்களில் ஆய்வுகள் பல நடத்திய டாக்டர் ஜி.இ. கேட்ஸ் என்பவர் நவீன மண்புழு பகுப்பியலின் முன்னோடியாகக் கருதப்படுகின்றார். கடந்த பதினைந்து வருடங்களாக இந்தியாவில் மண்புழுக்கள் குறித்த பகுப்பியலில், ஜூலிகா, ஜேமிசன் மற்றும் ஈஸ்டன் ஆகியோரும் பெரும் பங்காற்றியுள்ளனர்.

உணவுப் பழக்கத்தின் அடிப்படையில் மண்புழுக்களின் வகைபாடு

பொதுவாக மண்புழுக்கள் மட்குண்ணிகள் (Saprophages) என வகைப்படுத்தப்பட்டுள்ளன. உண்ணும் பழக்கத்தின் அடிப்படையில் அவை மேலும், கழிவுண்ணிகள் (detritivores) மற்றும் மண்ணுண்ணிகள் என்றும் பிரிக்கப்பட்டுள்ளன.

கழிவுண்ணிகள் எனப்படுபவை மண்ணின் மேற்பரப்பிலோ அல்லது அதனடியிலோ உணவு உண்ணக்கூடியவை. அங்ககப் பொருட்கள் நிறைந்த மேல் மண்ணில் காணப்படும் தாவரக்குப்பை, இறந்த வேர்கள் போன்றவற்றையோ, கால்நடைகளின் எச்சத்தையோ

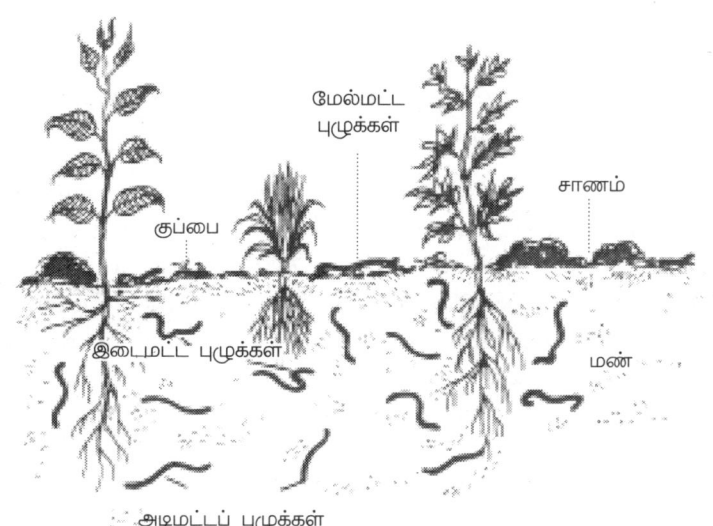

வரைபடம் - 1

இவை முக்கியமாக உண்ணுகின்றன. இப்புழுக்களை மட்குவுரம் உருவாக்கிகள் (humus formers) என்று கூறுகிறோம்.

இதில் மேல்மட்ட வகையும் இடைமட்ட வகையும் அடக்கம். பெரியோனிக்ஸ் எக்ஸ்கலேட்ஸ் (Perionys excavatus), *(படம் 1)* அய்சீனியா போட்டிடா (Eisenia foetida), யுட்ரிலஸ் யுஜினியே (Eudrilus eugininae), லாம்பிட்டோ மாரிட்டீ (Lampito Mauritii), *(படம் 2)*, பாலிஃபெரெட்டிமா இலாங்கேட்டா (Polypheretima elongata), ஆக்டோகீட்டோனா செரேட்டா (Octochaetona sureneis) *(படம் 4)* மற்றும் ஆக்டோகீட்டோனாசுரென்ஸ் (Octochaetona surenis) ஆகியவை கழிவுண்ணி வகையைச் சேரும்.

மண்ணுண்ணிகள் எனப்படுபவை அடிமண்ணில் வாழ்பவை, அங்ககச் செழிப்புமிக்க மண்ணை இவை பெருமளவு உட்கொள்கின்றன. இவை பொதுவாக மட்குவுரம் உண்ணிகள் என அழைக்கப்படுகின்றன. அடிமட்டப் புழுக்கள் இதில் அடக்கம். ஆக்டோகீட்டோனா தர்ஸ்ட்டோனி (Octocheatona thurstoni) *(படம் 3)*, மெட்டாஃபையர் போஸ்துமா (Metaphire posthuma) போன்றவை இவ்வகையைச் சேரும்.

மண்புழுக்களின் சூழலியல் பண்புகளுக்கு முக்கியத்துவம் கொடுத்து அவற்றை மேல்மட்டப் புழுக்கள், இடைமட்டப் புழுக்கள், அடிமட்டப் புழுக்கள் என மூன்று வகைகளாக, ஃபூச்சே பிரித்துள்ளார் *(வரைபடம் 1)*.

மேல்மட்ட புழுக்கள் மண்ணின் மேற்பரப்பில் வாழ்பவை. இலைக் குப்பைகளை சிறுதுகள்களாக்கும் திறனுள்ளவை. இவை, தாவர உண்ணிகளாகும் (phytophagous) வாழ்பவை. இவற்றிற்கு மண்ணைத் துளைக்கும் ஆற்றல் இல்லையென்பதால் மண்ணின் அமைப்பின் மீது இவை எவ்வித மாற்றத்தையும் ஏற்படுத்துவதில்லை.

இடைமட்டப் புழுக்கள் மண்ணுடன் கலந்துள்ள இலைக் குப்பைகளை உண்கின்றன. ஆகவே இவை, மண் தாவர உண்ணிகள் (geophytophagous) என்று அழைக்கப்படுகின்றன. மண்ணின் அடர்த்தியைப் பொறுத்து இவை நாங்கூழ் மண்ணை (Vermicast) வெளியேற்றுகின்றன.

அடிமட்டப் புழுக்களை மண் உண்ணிகள் என்கிறோம். ஆழ் மண்ணில் காணப்படும் இவை, அங்ககச் செழிப்புமிக்க மண்ணை உட்கொண்டு சத்தைப் பெறுகின்றன.

மண்ணில் வாழும் நிறமிகளுள்ள (Pigmented) வகைக்கும், மேற்பரப்பில் வாழும் நிறமிகளற்ற வகைக்கும் செயல், தோற்றம், வாழ்வியல் ஆகியவற்றிலுள்ள முரண்பட்ட பண்புகள், பரிணாம வளர்ச்சியின்போது நிகழும் "ஆர்" மற்றும் "கே" தேர்வின் மூலம் விளைந்த ஒருவித துருவ நிலையினைப் பிரதிபலிக்கிறது.

துவார மண்டலம் (Drilosphere)

மண்ணின் நுண்ணுயிரிகளுடன் கூட்டாக மண்புழுக்கள் ஆக்கிரமிப்பு செய்யும் மண்ணின் பகுதியே துவார மண்டலம் எனப்படுகிறது. மண்ணில் வாழ்ந்து வரும் நுண்ணுயிரிகளுடன் கலந்து, இடைமட்டப் புழுக்களும் அடிமட்டப் புழுக்களும் துவார மண்டலத்தை உருவாக்குகின்றன. (வரைபடம் 2)

மண்புழு உண்ணும் மண், அதன் குடலின் கோழை ஆகியவை, நுண்ணுயிரிகளின் செயலாற்றலை ஊக்குவிக்கின்றன என்று நிரூபிக்கப்பட்டுள்ளது. இடைமட்டப் புழுக்கள் ஏற்படுத்தும் செங்குத்துத் துவாரங்களும், அடிமட்டப் புழுக்கள் ஏற்படுத்தும்

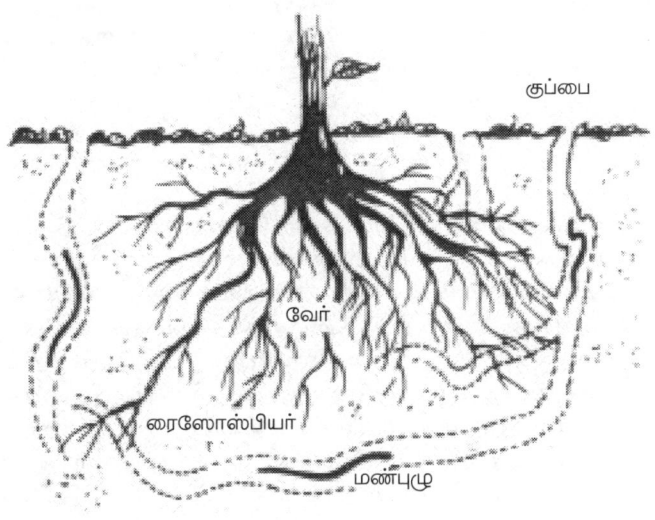

வரைபடம் - 2: துவாரமண்டலம்

இடைமட்டத் துவாரங்களும் கட்டமைப்பான மண் அமைப்பினை உருவாக்கி, மண்ணில் நீர் மற்றும் காற்றின் சுழற்சியை சீராக்குகின்றன. இது மண்ணின் அங்ககக்கழிவுகள் மக்குவதற்கு வழி செய்கிறது.

மண்புழுக்களால் மண்ணுக்கு நிகழும் இயற்பியல் விளைவுகள்

செங்குத்தான துவாரங்களை ஏற்படுத்தும் இடைமட்ட புழுக்கள், குறிப்பாக அடர்த்தியான மண்ணில் அதிகளவு மண்புழுக் கழிவுகளை மேற்பரப்பில் வெளியேற்றுகின்றன. அடிமட்டப் புழுக்கள் பொதுவாக இடைமட்ட துவாரங்களை ஏற்படுத்துகின்றன. இவற்றின் நாங்கூழ் மண் துவாரங்களிலேயே தங்கிவிடுகிறது. மண்ணின் வடிவமைப்பினை நிர்ணயிப்பதில் மேற்பரப்பு நாங்கூழ் மண் முக்கியப் பங்காற்றும் அதேவேளையில் மண்ணினுள் காணப்படும் நாங்கூழ் மண், மண் உருவாக்கத்திற்கு உதவுகிறது என்பது குறிப்பிடத்தக்கது. மண்ணை நுண்துகள்களாக்கும் செயலினை மண்புழுக்கள் செய்கின்றன. இருந்தும் இம்மண் புழுவின் உடலில் மிகக் குறைவான நேரமே தங்குவதால் இதுபோன்ற துகள்களாக்கும் செயலுக்கு அதிக முக்கியத்துவம் இருப்பதாகத் தெரியவில்லை. புழுவிலிருந்து வெளியேற்றப்படும் மண், அதிலுள்ள நுண்ணுயிரிகளின் நடவடிக்கைகளினால் சுரக்கப்படும் பசைகளின் மூலம் கெட்டியாக்கப்படுகிறது. இச்செயலுக்குப் பூஞ்சைகளின் உதவியும் தேவைப்படுகிறது. மண்புழுவால் வெளியேற்றப்படும் நாங்கூழ் மண்ணின் அளவு இடத்திற்கு இடம் மாறுகிறது. ஆஸ்திரேலியாவின் மேய்ச்சல் நிலங்களில் சதுர மீட்டருக்கு 0.25 கிலோ என்ற அளவிலிருந்து ஜெர்மன் நாட்டும் புல்வெளிகளில் சதுரமீட்டருக்கு 25.75 கிலோ வரையிலும் காணப்படுகிறது.

மண்புழுக்கள் மண்ணிலுள்ள தாவரங்களை அதிகப்படுத்துகின்றன. மண்புழுக்கள் வாழும் மண்ணில் காற்றின் அளவில் 8 சதவிகிதத்திலிருந்து 30 சதவிகிதம் வரை உயர்ந்து காணப்படுகிறது. இப்பண்பின் மூலம் மண் நீரை உறிஞ்சி தக்க வைத்துக்கொள்வதற்கும் மண் புழுக்களுக்கும் நெருங்கிய தொடர்புண்டு என்பதை அறியலாம். இது தொடர்பாக பல ஆய்வுகள் மேற்கொள்ளப்பட்டுள்ளன. இது போன்ற ஆய்வுகளை மேற்கொள்வதில் சில குறைபாடுகள் இருந்தாலும் கூட செயல்ரீதியான முக்கியத்துவம் கொண்ட புற அமைப்பியல் வேறுபாடுகளைக் கண்டறிய இது போன்ற ஆய்வுகள் பெரும் பயனுள்ளதாக விளங்குகின்றன. லும்பிரிக்கஸ் டெரஸ்ட்ரிஸ் (Lumbricus terrestris) போன்ற இடைமட்ட வகையுடன்,

அப்போரெக்டாய்டியா காலிஜினோஸா (Apporrectoidea caliginosa) அப்போரெக்டோய்டியா ரோஸியா (Apporrectoidea rosea) போன்ற அடிமட்டப் புழுக்களும், மண்ணினுள் நீரைக் கொண்டு செல்லும் ஆற்றல்மிக்க தாவரங்களை உருவாக்குகின்றன. மண்ணின் தன்மை மண்ணில் நடைபெறும் பல நடவடிக்கைகளை நிர்ணயிக்கிறது. மண்ணில் காணப்படும் நீர், வாயு மற்றும் வெப்பம் ஆகியவற்றின் பரிமாற்றம் மண்ணிலுள்ள தாவரங்களின் வடிவமைப்பின் மூலம் சீரமைக்கப்படுகிறது.

மண்ணைக் காலால் மிதிப்பது, மண்ணின் இயற்பியல் மற்றும் வேதியல் தன்மையில் மாற்றத்தை ஏற்படுத்துகின்றது. இது தாவரங்களின் தன்மை, அவற்றின் செழிப்பு போன்றவற்றிலும் மாற்றங்களை விளைவிக்கிறது. இதனால் மண்புழுக்களின் எண்ணிக்கை குறையும் வாய்ப்புள்ளது. காலால் மிதிபடுவதன் மூலம் மேல்மட்ட வகை மண்புழுக்கள் பாதிக்கப்பட்டாலும் அப்போரெக்டாய்டியா லோங்கா (Apporrectoidea longa) போன்ற ஆழத்தில் செல்லும் புழுக்கள் பாதிப்படைவதில்லை என்பது குறிப்பிடத்தக்கது.

கடினமான சூழல்களில் உள்ளூர் மண்புழு வகைகளைப் பராமரிப்பதென்பது ஒரு கனவாக இருந்துவந்தது. லா. மாரிட்டீ (L. mauritii) வகை மண்புழுவின் மூலம் இக்கனவு நனவாகியுள்ளது. இந்த வகை மண்புழுவை பராமரிப்பது எளிது என்பது மட்டுமல்லாமல் மணல், மணற்பாங்கான மண் போன்றவற்றிலும் உள்ளூர் பொருட்களை வைத்தே இதன் இனப்பெருக்கத்தையும் வளர்ப்பையும் மேற்கொள்ள முடியும். இதுபோன்று வளர்க்கப்படும் புழுக்கள் மண்ணை வளப்படுத்துவதுடன் தாவர வளர்ச்சியையும் ஊக்குவிக்கின்றன.

மண்புழுக்களால் மண்ணில் நிகழும் இரசாயன விளைவுகள்

மண்புழுக்கள் மண்ணின் இராசயன தன்மையில் மாற்றத்தை ஏற்படுத்துகின்றன. அவை அங்ககப் பொருட்களையும், மேல்பரப்புக் குப்பையையும் மண்புழுக்கள் அதிகமாக உட்கொள்வதால் தாவர ஊட்டச்சத்துக்களின் விநியோகம் மற்றும் சத்துக்களை கொண்டு போய் சேர்க்கும் வேலையையும் செய்கின்றன. அங்ககப் பொருட்கள் மண்ணின் மேற்பரப்பிலிருந்து கீழே செல்வதை மண்புழுக்கள் ஊக்குவிக்கின்றன. இந்த நடவடிக்கையின்போது அங்ககப் பொருட்கள் மண்புழுவினால் விழுங்கப்பட்டு துகள்களாக்கப்பட்டு பின்பு வெளித் தள்ளப்படுகின்றன. தமது உடலிலிருந்து வெளியாகும்

நைட்ரஜன் கழிவுகள் மூலமும் ஊட்டச்சத்துக்களை மண்புழுக்கள் வழங்குகின்றன. இக்கழிவுகளில் கணிசமான அளவு காணப்படும் மோனியா, மண்ணின் கார அமில அளவில் (pH) தற்காலிக உயர்வினை உண்டாக்கும். எனினும் குறிப்பிட்டதொரு கார அமில அளவினைக் காட்டிலும் அந்தக் கார அமில நிலையை ஏற்படுத்தும் பொருட்களை மண்புழுக்கள் நன்றாக உணர்கின்றன.

பல ஆய்வாளர்கள், நாங்கூழ் மண்ணையும் அதைச் சுற்றியுள்ள மண்ணையும் ஒப்பிட்டுப் பார்த்துள்ளனர். இதில் நாங்கூழ் மண்ணுக்கு, காரப் பரிமாற்றம் செய்யும் திறன் அதிகமுள்ளதென்று தெரியவந்துள்ளது. மேலும் அங்ககப் பொருட்கள், பரிமாறிக் கொள்ளக்கூடிய மொத்துக் காரங்கள், பாஸ்பரஸ், பரிமாறிக் கொள்ளக்கூடிய சுண்ணாம்புச் சத்து ஆகியவற்றினை இது அதிகளவு நைட்ரஜனாக்கத்தையும் (nitrification) விரும்புகின்றன. பாக்டீரிய 'நைட்ரஜன் பெருந்தலை' ஏற்படுத்தும் அஸொட்டோ-பேக்டர் (Azotobacter) என்னும் பாக்டீரியாவின் எண்ணிக்கை மண்புழுவின் குடலுக்குள் செல்லும்போது குறைந்த அளவே இருந்தாலும வெளித்தள்ளப்பட்ட மண்புழு கழிவில் மண்புழுவின் திசுவில் காணப்படும் புரதத்தின் அளவு அதிகமென்பதால், இது இறந்து அழுகும்போது நைட்ரேட்டு நைட்ரஜனை அளிக்கிறது.

மண்ணின் மேற்பரப்பிலிருக்கும் குப்பை, சாணம் அல்லது இதர மக்கும் பொருட்கள் எல்லாவற்றையும் மண்புழுக்கள் உட்கொள்வதில்லை. மேலும் அவை உட்கொள்ளும் அளவில் ஒரு சிறு பகுதி மட்டுமே செரிக்கப்பட்டு வெளியேறுகிறது. உட்கொள்ளப்பட்ட அங்ககப் பொருட்கள் துகள்களாக்கப்பட்டு கனிமப் பொருட்களுடன் கலக்கப்பட்டு வெளியேற்றப்படுகின்றன. இதில் பெரும்பகுதியில் இரசாயன மாற்றங்கள் அதிகம் நடைபெறுவதில்லை என்றாலும் நுண்துகள்களாக அரைக்கப்படுகின்றன. இச்செயல் நாங்கூழ் மண்ணின் பரப்பளவினை அதிகமாக்கி நுண்ணியிரிகளின் செயல்களைத் துரிதப்படுத்துகின்றன.

ஆக, நாங்கூழ் மண்ணில் நடைபெறும் நுண்ணுயிர் செயல்களை ஊக்குவிப்பதே மண்புழுவின் முக்கிய வேலை என்று கூறலாம். இதனால் கரையக்கூடிய நைட்ரஜன், நுண்ணுயிர் புரதமாக மாற்றப்படுவதால் மண்ணில் உறிஞ்சப்பட்டு அதன் இழப்பு தவிர்க்கப்படுகிறது. காற்று சுவாச நைட்ரஜன் பொருத்திகளில் 40 சதவிகிதமும், காற்றில் சுவாச நைட்ரஜன் பொருத்திகளில் 13 சதவிகிதமும் மண்புழுக்களின் துவார மண்டலங்களில்

காணப்படுகின்றன. மண்ணில் மேல் மட்டத்திலிருந்து 20-40 செ.மீ வரை இவை அதிக அளவில் காணப்படுகின்றன. நாங்கூழ் மண்ணில் கார்பன் நைட்ரஜன் சுற்றியுள்ள மண்ணைக் காட்டிலும் சற்று அதிகமாகவே காணப்படுகிறது. சில வேளைகளில் நாங்கூழ் மண்ணின் கார்பன் மற்றும் நைட்ரஜன் அளவுகள் மிக அதிகமாகவே உள்ளன.

மண்ணிலுள்ள நைட்ரஜன் மற்றும் நைட்ரஜன் சுழற்சி ஆகியவற்றின் மீது மண்புழுக்களின் தாக்கத்தைக் குறித்து லீ என்பவர் கூறுகையில், நாங்கூழ் மண், சிறுநீர், மியோகோ புரதம், இறந்த திசுக்கள் ஆகியவை மூலமாக மண்புழுக்களின் சிரை மாற்றத்தால் உருவாக்கும் நைட்ரஜன் பொருட்கள் மண்ணுக்கே திரும்புகின்றன என்கிறார் லீ. இறந்த மண்புழுத் திசுக்களிலிருந்து மண்ணுக்கு நைட்ரஜன், வருடத்திற்கு 6-7 கிராம் (g2yr4) அளவிலும் கிடைக்கிறது. மண்புழுவின் நடவடிக்கை மற்றும் அவற்றின் கழிவு ஆரோக்கியமான நுண்ணுயிரிகளின் பெருக்கத்தை ஊக்குவிக்கின்றன. இவை தாவரங்களின் வேர் வளர்ச்சியை ஊக்குவிக்கின்றன. தாவரங்களைப் பூச்சி தாக்காமல் இருப்பதோடு அவற்றுக்கு நோயும் ஏற்படுவதில்லை.

மண்ணில் மண்புழுக்கள் இல்லாததன் விளைவுகள்

மண்ணில் செலுத்தப்படும் இரசாயன உரங்களால் இவை மண்ணின் வளத்தைச் சீரழிப்பதோடு நாளடைவில் உயிரற்ற மண்ணை விட்டுச் செல்கின்றன. "பூமியை நமது மூதாதையரிடமிருந்து பரம்பரைச் சொத்தாக நாம் பெறவில்லை. நமது குழந்தைகளிடமிருந்து கடனாகத்தான் வாங்கியுள்ளோம்" என்று ஒரு கூற்று உள்ளது. செத்துக் கொண்டிருக்கும் மண்ணைக் காப்பாற்ற நாம் எவ்வித முயற்சியும் எடுக்கவில்லையெனில் இந்தக் கூற்று பொய்யாகிவிடும். மண்ணும், மண்ணில் வாழும் உயிரினங்கள் அனைத்தும் செழிப்பாக உள்ளபோதுதான் அம்மண்ணிற்கு உயிருள்ளது என்று அர்த்தம்.

அளவுக்கதிகமான உற்பத்தியும் இலாபமும் பெற வேண்டும் என்ற ஆசை இரசாயன உரங்கள், பூச்சிக்கொல்லிகள் போன்றவற்றின் அளவுக்கு மீறிய இரசாயன பயன்பாட்டிற்கு நம்மை இட்டுச் சென்றுள்ளது.

பூச்சிக்கொல்லிகள் பூச்சிகளில் எதிர்ப்புத் திறனை உருவாக்குகின்றன என்பது இப்போது கண்கூடு. பூச்சிகளை எதிர்த்து வெற்றி பெற வேண்டுமெனில், பூச்சிக்கொல்லிகளை எப்போது

தெளிக்கக்கூடாது என்பதை முதலில் கற்றுக்கொள்ள வேண்டும். ஆனால் இதனை தெரிந்து கடைபிடிப்பவர் யார்?

இந்தியாவின் பெரும்பாலான விவசாயிகள், எவ்வித பாதுகாப்புக் கருவிகளுமின்றி பூச்சிக்கொல்லிகளைப் பயிருக்குத் தெளிக்கின்றனர். இந்தப் பூச்சிக்கொல்லிகளை, மேலோட்டமாக பயன்படுத்தினாலும் அல்லது வேரில் தெளித்தாலும் மற்ற உயிரினங்களைப் பாதிப்பதோடு மனிதர்களையும் பாதிக்கின்றன. பயிர்களுக்குத் தீமை விளைவிக்கும் பூச்சிகளை உண்ணும் மற்ற உயிரினங்களையும், சிலந்தி, குளவி போன்ற நன்மை பயக்கும் உயிர்களையும் பூச்சிகளைக் கட்டுப்படுத்தும் பூச்சி ஒட்டுண்ணிகளையும் கூட இந்தப் பூச்சிக்கொல்லிகள் சேர்த்து அழித்துவிடுகின்றன.

படம் 1: பெரியோனிக்ஸ் எக்ஸ்கவேட்டஸ்

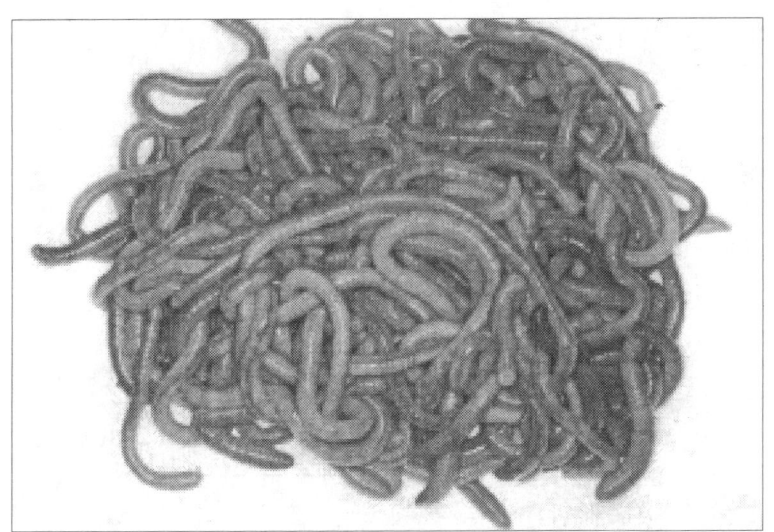

படம் 2: லாம்பிட்டோ மாரீட்டீ

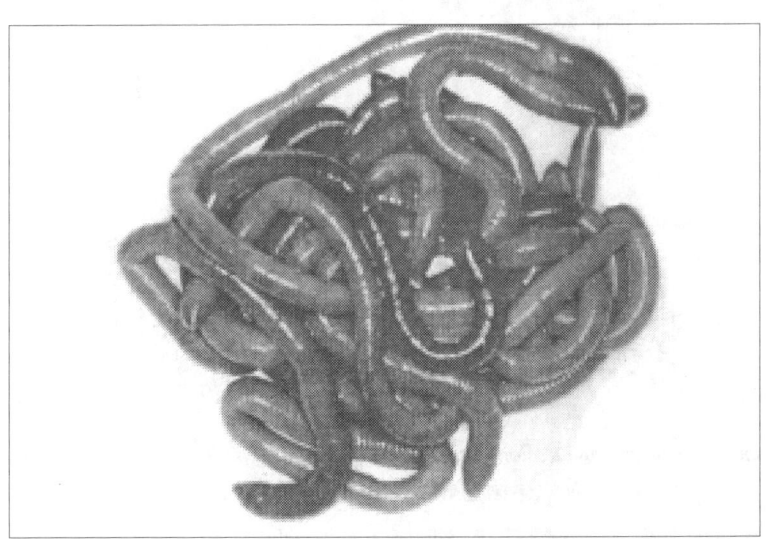

படம் 3: ஆக்டோகீட்டோனா தர்ஸ்ட்டோனி

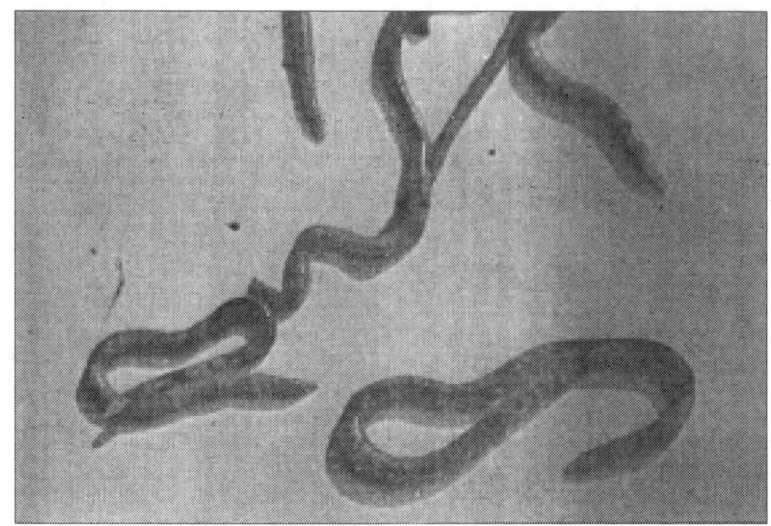

படம் 4: ஆக்டோகீட்டோனா செரேட்டா

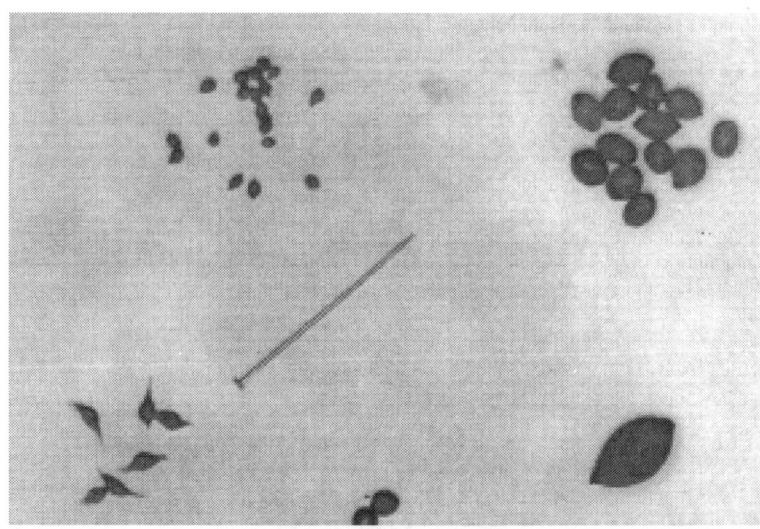

படம் 5: மண்புழுக்களின் புழுக்கூடுகள் (மேல் இடப்புறப்புறத்திலிருந்து வலப்புறம் நோக்கி) (குண்டூசியின் நீளம் 25 மி.மீ.)

● திராவிடர் மோடேஸ்டா ● லாம்பிட்டோ மாரீட்டீ ● ஆக்டோகீட்டோனா தர்ஸ்ட்டோனி ● ஆக்டோகீட்டோனோ செரேட்டா ● பெரியோனிக்ஸ் எக்ஸ்கவெடெட்டர்ஸ்

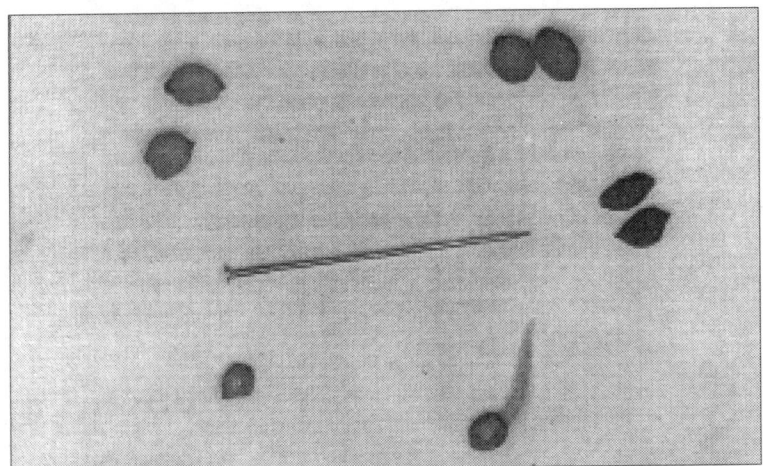

படம் 6: லாம்பிட்டோ மாரிட்டீ வகை மண்புழுவின் முட்டிகளின் வெவ்வேறு நிலைகள் (மேல் இடப்புறத்திலிருந்து வலப்புறம் நோக்கி) (குண்டூசியின் நீளம் 25 மி.மீ)

● புதிதாய் இடப்பட்ட புழுக்கூடுகள் பழுப்பு நிறமாக மாறியது ● கரும்பழுப்பு நிறம் & பொறிதலுக்குத் தயார் நிலை ● புழுக் கூட்டிலிருந்து இளம் புழு வெளிவருவது ● காலியான புழுக்கூடு

படம் 7: லாம்பிட்டோ மாரிட்டீ வகையின் புழுக்கூடுகள் (குண்டூசியின் நீளம் 25 மி.மீ)

படம் 8: பெரியோனிக்ஸ் எக்ஸ்கவேட்டஸ் வகை புழுக்கூடுகளின் முனையில் காணப்படும் குஞ்சம் போன்ற அமைப்புகள் (குண்டூசியின் நீளம் 25 மி.மீ)

3. மண்புழுக்களின் உடலமைப்பு

மண்புழு, உயிரியல் மாணவர்கள் அனைவருக்கும் நன்கு அறிமுகமான ஒரு ஜீவன். அதன் உடலமைப்பு, உருவம், செயல்களைக் குறித்து பாராட்டி விவரிக்கும் புத்தகங்களும் கட்டுரைகளும் உள்ளன. உயிர் வாழ்வதற்கான உணவு என்ற வகையில், மண்புழு இராணுவத்தினருக்குப் பயன்படுவது முதல், துன்னெலிகள்(Moles) குறித்த விபரஙகள் வியக்கத்தக்க அளவில் உள்ளன என்பதை ஆசிரியர்களும் மாணவர்களும் அறிந்து ஆச்சரியமடைகிறார்கள். அழிக்கும் உயிரினமாகவோ அல்லது உணவாகவோ கருதப்படாத முதுகுத் தண்டற்ற உயிரினம் ஒன்றினைக் குறித்து இவ்வளவு வெளியீடுகள் வந்துள்ளது வியப்பான ஒன்றுதான். தமது நீர்வாழ் மூதாதையரின் பண்புகள் பலவற்றைத் தக்கவைத்துக் கொண்டுள்ள ஒரு தரைவாழ் உயிரினம் என்ற முறையில் இதன் மீதுள்ள உயிரியல் ரீதியான ஆர்வமும், எளிதில் ஆய்வுக்குட்படுத்தக்கூடிய கட்டமைப்புடைய உயிரினம் என்பதாலும், மண்ணின் வளத்தின் மீது இவை விளைவிக்கும் விளைவுகளும் இதை குறித்த அபரிமிதமான ஆய்வுகளுக்கு காரணமாக அமைந்துள்ளன.

- சாட்சல், ஜெ.ஈ., (1972)

புற அமைப்பு: வடிவமும் அளவும்

மண்புழுக்கள் நீளமாகவும் உருளையாகவும் உள்ளன. (வரைபடம் 3). வடிவத்தைப் பொறுத்த அளவில் வெவ்வேறு மண்புழுக்களுக்கிடையில் மாற்றம் அதிகமில்லை. புழுவின் நீளம், கண்டங்களின் எண்ணிக்கை, உடலில் புணர்வளத் தடிப்பு காணப்படும் இடம், மேற்புறத்திலும், அடிப்புறத்திலும் காணப்படும் தாவரங்கள், அடிப்புறத்தில் உள்ள இனப்பெருக்கத் தாவரங்கள் ஆகியவற்றில் மட்டுமே மாற்றங்கள் காணப்படுகின்றன. மண்ணின் ஆழத்திற்குச் செல்லும் வகைகள் மேல்மட்ட வகைகளை விட நீளம் அதிகமானவை. இளம் புழுக்களைவிட முதிர்ந்த

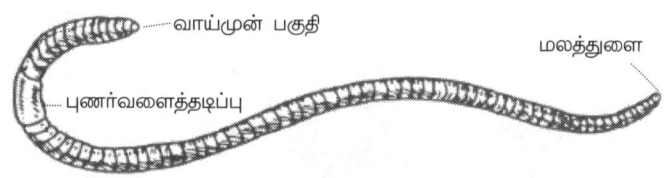

வரைபடம் 3: மண்புழுவின் புற அமைப்பு

புழுக்கள் நீளமானவை. நீளமான வகைகள் மற்றவற்றை விட அதிக கண்டங்கள் கொண்டவை. வா.மாரிட்டீ வகை 80-210 மி.மீ நீளமும் 3.5-5 அகலமும் கொண்டது. மெ.போஸ்துமா (M.posthuma) என்ற வகை 115-130 மி.மீ நீளமும் 5 மி.மீ அகலமும் கொண்டது. பெ.எக்ஸ்கவேட்டஸ் (P.excavatus) என்ற வகை புழுக்கள் 23-120 மி.மீ நீளமும் 2-5 மி.மீ அகலமும் கொண்டுள்ளன.

கண்டங்கள் (Segments)

மண்புழுவின் உடல் நெடுகிலும் வரிப்பள்ளங்கள் காணப் படுகின்றன. உடலைச் சுற்றி வளையங்களாக அமைந்துள்ள இவ்வரிப் பள்ளங்கள், புழுவின் உடலை பல கண்டங்களாகப் பிரிக்கின்றன. இதுபோன்ற கண்ட அமைப்பு மண்புழுக்களை உள்ளடக்கிய வளைத்தசைப் புழுக்களின் (Phylum Annelida) வகையில் சேர்கின்றன. (லத்தீன் மொழியில் அன்னுலஸ் என்பதற்கு வலை என்று பொருள்) கண்டங்களின் எண்ணிக்கை ஒவ்வொரு சிற்றினத்திற்கும் வேறுபடுகிறது. ஒரே புழுவிலும் கூட கண்டங்களின் அகலம் வேறுபடுகின்றது. முன்புறமுள்ள கண்டங்கள் பொதுவாக மற்றவற்றைவிட அகலமாக உள்ளன. லா.மாரிட்டீ வகையில் சுமார் 165 முதல் 190 கண்டங்கள் வரையுள்ளன. மெ.போஸ்துமா வகையில் 140 கண்டங்கள் உள்ளன. பெ.எக்ஸ்கவேட்டஸ் வகையில் கண்டங்களின் எண்ணிக்கை 165 ஆக உள்ளது. உடலின் பின் முனையிலுள்ள கண்டத்தில், மலத்துவாரம் காணப்படுகின்றது.

புழுவின் வாய், முதல் கண்டத்தில் உள்ளது. இக்கண்டத்திற்கு வாழ்சூழ் வளையம் (Peristomium) என்று பெயர். இதற்கு முன்புறம் வாய் மீது தொங்குவது போலக் காணப்படும் பகுதிக்கு வாய் முன்பகுதி (Prostomium) என்று பெயர். வாய் முன் பகுதியும் வாய்சூழ் வளையமும், வெவ்வேறு முறைகளில் இணைவதால் புழுக்களை வேறுபடுத்திக் காட்டுவதில் இது உதவியாக உள்ளது. மண்புழுவின் முறையினைப் பொறுத்து வாய் முன் பகுதிக்கும் வாய்சூழ்

வளையத்திற்கும் உள்ள இணைப்பு மாறுபடுகின்றது. வாய்சூழ் வளையத்துடன், வாய் முன்பகுதி இணைக்கப்பட்டுள்ள விதம், லைகோலோபஸ் (Zygolobous) பிரோலோபஸ் (Prolobous) எபிலோபஸ் (Epilobous) அல்லது டேனிலோபஸ் (Tanylobous) (வரைபடம் 4) என்றழைக்கப்படுகிறது. லா.மாரிட்டீ வகையில் வாய் முன் பகுதி பிரோலோபஸ் முறை அல்லது அரை எபி லோபஸ் முறையாகக் காணப்படுகிறது. மெ.போஸ்துமா வகையில் டேனிலோபஸ் முறையிலும் பெ.எக்ஸ்கைவேட்டஸ் வகையில் எபிலோபஸ் முறையிலும் இணைக்கப்பட்டுள்ளது.

புணர்வளைத்தடிப்பு (Clitellum)

வளர்ந்த புழுக்களின் முன்பகுதியில் ஒரு சில கண்டங்கள் சுரப்பிகளின் காரணமாக தடித்த தோலுடன் சற்று வீங்கியது போலக் காணப்படும். இப்பகுதிக்கு புணர்வளைத்தடிப்பு என்று பெயர். இப்பகுதியில் கண்டங்களின் பிரிவு தெளிவாக இருப்பதில்லை. மேலும் இப்பகுதியில் சீட்டா எனப்படும் முள்முடிகள் காணப்படுவதில்லை. புணர்வளைத் தடிப்பு உருவாகும் கண்டங்களின் எண்ணிக்கை வெவ்வேறு சிற்றினங்களில் சிறிதளவு மாறுபடுகிறது. லா.மாரிட்டீ வகையில் 14லிருந்து 17 வரையான மொத்தம் கண்டங்கள் மோதிரம் போன்ற புணர்வளைத் தடிப்பினை

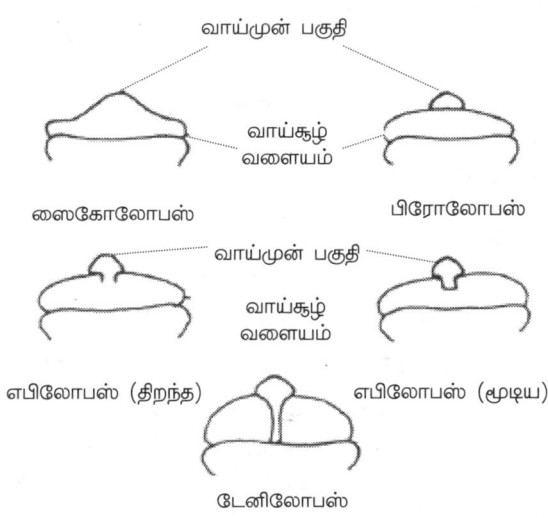

வரைபடம் 4: பலவகையான வாய்முன் பகுதி

உருவாக்குகின்றன. பெ.எக்ஸ்கவேட்டஸ் வகையில் 13லிருந்து 17 வரையும் (மொத்தம் 5) மெ.போஸ்துமா வகையில் 14லிருந்து 16 வரையிலும் (மொத்தம் 3) புணர்வளைத் தடிப்பு காணப்படுகிறது. லும்பிரிசைடு வகைகளில் புணர்வளைத் தடிப்பு சற்று பின்புறமான கண்டங்களில் காணப்படுகின்றது.

நிறம்

மண்புழு நிறம் பொதுவாக பழுப்பு - கறுமையிலிருந்து ஊதா வரை (சில விதிவிலக்குகள் உண்டு) பல நிறங்களில் காணப்படுகிறது. லா.மாரிட்டீ வகை பழுப்பு நிறத்துடனும் முன் முனையில் ஊதா திட்டோடும் காணப்படுகிறது. மெ.போஸ்துமா வகை வளமான பழுப்பு நிறத்தைக் கொண்டது. பெ.எக்ஸ்கவேட்டஸ் வகை மேற்புறத்தில் கரு ஊதாவிலிருந்து சிவப்பு பழுப்பு வரையிலான நிறத்தையும் கீழ்புறத்தில் வெளிர் பழுப்பு நிறத்தையும் கொண்டுள்ளது.

சீட்டா - முள்முடிகள் (Setae)

மண்புழுவின் உடல் முழுவதும் சீட்டா எனப்படும் முள்முடிகள் காணப்படுகின்றன. இவற்றை உடல்முள் முடிகள் என்றழைப்பர். கைட்டின் எனும் கடினமான பொருளினால் ஆனவை இவை. புழுவின் முதல் கண்டத்தைத் தவிர மற்ற கண்டங்கள் அனைத்திலும் தோலின் மீது காணப்படும் சிறு குழிகளிலிருந்து இவை வெளியேற்றப்படுகின்றன. இக்குழிகளை முள் முடிப்பைகள் எனக் கூறலாம். ஒவ்வொரு சீட்டாவும் “S” வடிவத்தில், தடித்த நடுப்பகுதியுடன் காணப்படுகின்றது. புழுவின் வாழ்நாளில் பலமுறை சீட்டா விழுந்து, புதியவை தோன்றுகின்றன. மண்ணுடன் உறுதியான பிடிப்பினை உருவாக்கி புழு நகர்வதற்கு சீட்டா பயன்படுகிறது. குறிப்பிட்ட சில தசைகளின் மூலம் இவை இயங்குகின்றன. ஒரு கண்டத்தில் காணப்படும் சீட்டாவின் எண்ணிக்கை இனத்திற்கு இனம் மாறுபடுகின்றது. (வரைபடம் 5) லும்பிரிசைடுகளிலும், ஒரு சில மெகாஸ்கோலி சைடுகளிலும் கண்டத்திற்கு எட்டு சீட்டா என்ற விகிதத்தில் எண்ணிக்கை உள்ளது. அதே சமயம் மெகாஸ்கோலிசைடு வகைகள் பலவற்றில் கண்டத்திலுள்ள சீட்டாவின் அமைப்பு, அவற்றிற்கிடையிலான இடைவெளி போன்ற பண்புகளும், சிற்றின வகைப்பாட்டுக்கு உதவுகின்றன. லா.மாலிட்டீ வகையிலும் மெ.போஸ்துமா வகையிலும் அமைந்துள்ளது. பெ.எக்ஸ்வேட்டஸ் வகையில் மேற்புறத்தில் உள்ளதைக் காட்டிலும் கீழ்புறத்தில்

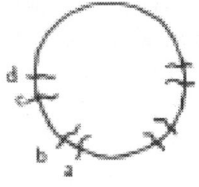

1. லும்பிரிசைன் அமைப்பு
(நெருங்கிய இணை)

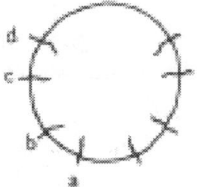

2. லும்பிரிசைன் அமைப்பு
(பரந்த இணை)

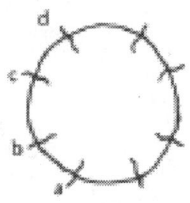

3. லும்பிரிசைன் அமைப்பு
(தூரமான இணை)

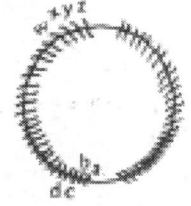

4. பெரிகைடின் அமைப்பு

வரைபடம் 5: சீட்டாவின் அமைப்பு

சீட்டாவின் எண்ணிக்கை அதிகமாக உள்ளது. பெ.எக்ஸ்கவேட்டஸ், மேல்மட்ட வகை என்பதால் மண்ணின் மீது நகர்வதற்கு சீட்டா முக்கியமாக கீழ்புறததில் இருப்பது இன்றியமையாததாகிறது.

புழுவின் உடலில் பிற பகுதிகளில் மாறுபட்ட சீட்டாக்கள் உள்ளன. இவை இனப்பெருக்கத்தின் போது குறிப்பிட்ட சில பணிகளைச் செய்கின்றன. இவை இனப்பெருக்கச் சீட்டா என்றழைக்கப்படுகின்றன. விந்துப்பையின் (Spermatheccca) துவாரங்களுக்கு அருகிலுள்ள இவ்வகைச் சீட்டா, கலவி சீட்டா என்றும் ஆண் துவாரங்களுக்கு அருகிலுள்ளவை புணர்ச்சி சீட்டா என்றும் அழைக்கப்படுகின்றன. நுண்நோக்கியின் மூலம் காணும்போது சீட்டாவின் வகையில் மாறுதல்களோடு உள்ளதை அறிய முடிகிறது.

வெளிப்புற துளைகள்

வாய், மலத்துவாரம் போன்றவற்றைத் தவிர மண்புழுவின் உடலில் பின்வரும் துளைகளும் உள்ளன. *(வரைபடம் 6)*

- மேற்புறத் துவாரங்கள்
- விந்துக் கொள்பைத் துவாரங்கள்

- அண்ட நாளத் துவாரங்கள் அல்லது பெண் துவாரங்கள்
- விந்து நாளத் துவாரங்கள் அல்லது ஆண் துவாரங்கள்
- சிறுநீரகத் துவாரங்கள் (நெஃப்ரீடியத் துவாரங்கள்)

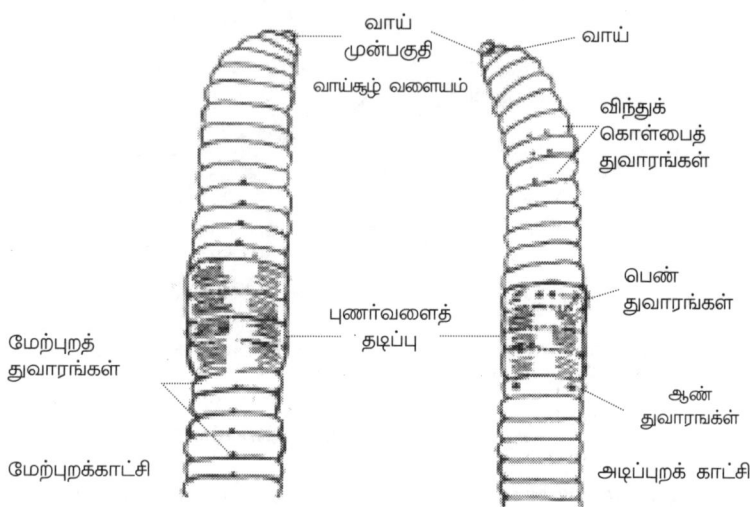

வரைபடம் 6: லா, மாரிட்டீயில் காணப்படும் வெளிப்புறத் துளைகள்

உடல் உறை

மண்புழுவின் உடல் அறை மெலிதானது. வெளிப்புறத்திலிருந்து பின்வரும் அடுக்குகளால் ஆக்கப்பட்டுள்ளது.

அ) மெலிதான, ஒளி புகும் தன்மை கொண்ட மேல் தோல்.

ஆ) புறத்தோல்: இது தோலை ஈரமாக வைக்க உதவும் கோழை. (அ) சிலேட்டுமம் போன்ற திரவம் சுரக்கும் செல்கள் பலவற்றைக் கொண்டது. இதில் சீட்டா பதிந்துள்ள குழிகள் உள்ளன.

இ) நடு அடுக்கு: இது இணைக்கும் திசுவிலான மெலிதான பகுதி.

ஈ) வளையத் தசைகள்.

உ) நீள்தசைகள்.

ஊ)உடற்குழியின் எபித்தீலியம் செல்கள்.

நகர்தல்

தசைகள் சுருங்கி விரிவதன் மூலம் புழு நகர்கிறது. நீர்மச்சட்டம் என்றழைக்கப்படும் உடற்குழி திரவத்தின் செயலும் நகர்தலுக்கு உதவுகிறது. நகர்தலின்போது, முதலில் வளையத் திசுக்கள் சுருங்கி புழுவின் உடலை நீளமாக்குகின்றன. இதைத் தொடர்ந்து நீள் திசுக்கள் சுருங்கி உடலைக் குறுகச் செய்கின்றன. புழுவின் முன்பகுதி மண்ணில் நன்றாக ஊன்றிக்கொண்டபின், பின்பகுதி முன்னோக்கி இழுக்கப்படுகிறது. நகர்தலின்போது மண்ணில் புழு உறுதியாக ஊன்றிக்கொள்வதற்கு சீட்டா பெரிதும் உதவுகிறது.

உள்ளமைப்பு

உடற்குழி

புழுவின் உடற்குழி 'சீலோம்' என்றழைக்கப்படுகிறது. குடலுக்கும் உடல் உறைக்குமிடையே இது காணப்படுகிறது. இனப்பெருக்கத் துவாரங்கள் கழிவுத் துவாரங்களின் வழியாக வெளிப்புறத்துடன் உடற்குழி தொடர்பு கொண்டுள்ளது. உடற்குழியினுள் உடற்குழி நீர்மம் நிரம்பியுள்ளது. இந்த சீலோமோசைடுகள் என்று பொதுவாக அழைக்கப்படும் பல்வேறு உயிரணுக்கள் உள்ளன. இவை யாவும் நோய் எதிர்ப்பு, இழப்பு மீட்டல், காயத்தைக் குணப்படுத்துதல் ஆகிய பணிகளில் முக்கியப் பங்கு வகிக்கின்றன. மேல் துவாரங்கள் வழியாக உடற்குழி நீர்மம் உடலின் மேற்பரப்பில் பரவித் தோலை ஈரமாக வைத்துக்கொள்ள உதவுகிறது. மண்புழு சுவாசிக்க இது மிக அவசியம். மேலும் பாக்டீரியாக்கள் மற்றும் இதர ஒட்டுண்ணிகளை அழிக்கவும் இது பயன்படுகிறது.

உணவு ஊட்டமும் செரிமானமும்

வாய்ப்பகுதியானது வாய்க்குழியில் (Buccal cavity) முடிகிறது. அதையடுத்து திசுக்களினாலான, தடிமனான சூழ்புறங்களைக் கொண்ட தொண்டைக் குழியும் உள்ளது. இதைத் தொடர்ந்து உணவுக் குழலும் அரைவைப் பையும் (gizzard) காணப்படுகின்றன. அரைவைப் பையினைத் தொடர்ந்து வரும் குடல், முதல் பதினான்கு கண்டங்கள் வரை குறுகலாகவும் நேராகவும் பிறகு இறுதிக் கண்டம் வரையில் விரிந்தும் சிறு பைகளைக் கொண்டதாகவும் உள்ளது. இது மலத்துவாரத்தில் முடிவடைகிறது.

குடலில் சுரப்பி அணுக்கள் உள்ளன. குடலின் நீளம் முழுவதும் அதன் மேற்பகுதியில் வெளிமடிப்பு ஒன்று காணப்படுகின்றது. உப்லோஸோஸ் (typhosole) என்றழைக்கப்படும் இதில் இரத்த

நாளங்களைச் சூழ்ந்துள்ள குடலின் உள்பரப்பு காணப்படுகின்றது. குடலின் உறிஞ்சும் பரப்பளவினை இப்பகுதி அதிகரிக்கிறது.

பொதுவாக இடைமட்ட புழுக்களும் குறிப்பிட்ட சில கீழ்மட்டப் புழுக்களும் அதிகமான மண்ணை உட்கொண்டு அதிலுள்ள கரிமச் சத்தை பயன்படுத்துகின்றன. புழு உண்ணும்போது அதன் வாய், வெளியில் துருத்திக்கொண்ட தசைகள் நிரம்பிய தொண்டைக் குழியின் உறிஞ்சும் நடவடிக்கையினால் உணவு உள்ளே இழுக்கப்படுகிறது. மக்கும் தாவரப் பொருட்களை இடைமட்டப் புழுக்கள் மண்ணின் உள்பரப்பிற்கு இழுத்துச் சென்று அங்கு தொண்டையிலிருந்து வெளிப்படும் திரவத்தினால் உடைக்கப்படுவதற்கு அரைவைப் பை உதவுகிறது. புரதங்கள், கொழுப்பு, மாவுப்பொருட்கள் ஆகியவை செரிக்கப்படுகின்றன. செரிக்கப்படாத உணவும் மண்ணும் மலத்துவாரத்தின் வழியே கழிவாக வெளியேற்றப்படுகிறது.

இரத்தச் சுழற்சி

புழுவின் இரத்தத்தில் பிளாஸ்மாவும் அதில் காணப்படும் நிறமற்ற உயிரணுக்களும் உள்ளன. புழுவின் இரத்த அணுக்களில் டிரெப்போசைட்டுகள், கிரானுலோசைட்டுகள், வாக்குலோசைட்டுகள், லிம்ஃபாய்டோசைட்டுகள் போன்ற உயிரணுக்கள் காணப்படுகின்றன. பிளாஸ்மாவில் காணப்படும் ஹீமோமோகுளோபின் என்ற சிவப்பு நிறமியினால் இரத்தம் சிவப்பு நிறம் பெறுகிறது.

சுவாசித்தல்

சுவாசத்திற்கென சிறப்பு உறுப்புகள் ஏதுமில்லை. உடலின் மேற்பரப்பு வழியாக சுவாசம் நடைபெறுகிறது. தோலின் மேல் பாகத்தில் காணப்படும் அபரிமிதமான இரத்த நுண் நாளங்கள் வாயுக்களின் ஊடுருவலுக்கு உதவுகின்றன. பிராண வாயு தோலின் வழியாக இரத்தத்தில் கலக்கிறது. கரியமில வாயு இரத்தத்திலிருந்து தோலின் வழியே வெளியே செல்கிறது. மியூகஸினாலும், சிலேட்டும் திவத்தினாலும் தோல் ஈரமாக்கப்பட்டு வாயுக்களின் பரிமாற்றத்திற்கு உதவுகிறது.

கழிவு நீக்கம்

கழிவு நீக்கம் நெஃப்ரீடியா எனும் உறுப்புகளின் மூலம் நடைபெறுகிறது. வெவ்வேறு வகை மண்புழுக்களில்

நெஃப்ரீடியாக்களின் அமைப்பு மாறுபடுகின்றது. பின்வரும் நெஃப்கரீடியா வகைகளைப் பார்ப்போம்.

மைக்ரோ நெஃப்ரீடியா

புழுவின் குடலுடன் இவை தொடர்பு கொண்டுள்ளதால் இவற்றிற்குக் குடலினுள் திறக்கும் நெஃப்ரீயா அல்லது என்டரோநெஃப்ரீக் நெஃப்ரீடியா என்ற பெயரும் உண்டு.

மைக்ரோ நெஃப்ரீடியா

இவை விரல் போன்ற நுண்ணியக் கற்றையான குழாய்கள் போன்றவற்றைக் கொண்டுள்ளன. இவற்றிற்கு உட்புறம் திறப்பு ஏதுமில்லை. இவற்றின் தோல் அடுக்கு நெஃப்ரீடியா என்றும் அழைக்கப்படுகின்றது.

தொண்டை நெஃப்ரீடியா

சுருள்களுடைய நுண்குழாய்களாக உணவுக்குழல், அரைவைப் பை ஆகியவற்றின் பக்கத்தில் இவை காணப்படுகின்றன. இவை தனித்தனிக் கற்றைகளாக உணவுக்குழல் (லா.மாரிட்டீ) அல்லது தொண்டைக் குழியினுள் (மெ.போஸ்துமா) திறக்கின்றன.

இனப்பெருக்கம்

மண்புழுக்கள் இருபாலினப் பண்புள்ளவை. ஒரே புழுவில் ஆண் மற்றும் பெண் இனப்பெருக்க உறுப்புகள் இரண்டும் காணப்படுகின்றன.

கலவி

மண்புழுக்கள் இருபாலினமாக இருந்தாலும் பொதுவாக சுயமான தன்கருவுறுதல் நடைபெறுவதில்லை. கலவியின்போது இரு மண்புழுக்களும் தமது தலைகள் எதிர்முனைகளில் உள்ளவாறு, உடலின் கீழ்புறத்தைக் கொண்டு ஒன்றோடு ஒன்று ஒட்டிக்கொள்கின்றன. ஒரு புழுவின் ஆண் துவாரங்கள் வழியாக வரும் விந்து அடுத்த புழுவின் விந்து கொள்பையைச் சென்றடைகின்றது.

முட்டையிடும் காலம் நெருங்கும்போது வளைத்தடிப்பு முதலில் கெட்டியில்லாத பட்டை வளையம் போன்ற உறுப்பினை உருவாக்குகிறது. பிறகு இதுவே கெட்டியாகி புழுவின் உடலைச் சுற்றியுள்ள ஓர் உறையாக மாறுகிறது. (புழுக்கூடு)

முட்டையிடும்போது புழுவின் நெளியும் செயல்களினால் இப்பட்டை முன்புறமாக நகர்ந்து, முன் முனையிலிருந்து நழுவி விடுகிறது. உறையின் இருமுனைகளும் மூடப்பட்டு, இது விந்துகளையும் முட்டைகளையும் கொண்ட புழுக் கூடாகிறது. இதனுள், புணர்வளைத் தடிப்பின் சுரப்பிகளால் சுரக்கப்பட்ட, ஆல்புமின் அடங்கிய ஊட்டச்சத்து மிகுந்த நீர்மம் உள்ளது. ஈரப்பதமுள்ள இடங்களில் புழுக்கூடு வெளியேற்றப்படுகிறது. புழுக்கூடுகளுக்குள் கருவுறுதல் நிகழ்கிறது.

புழுக்கூடு

இது சிறிய, உருண்டையான ஒளி ஊடுருவும் தன்மை கொண்டது. இதன் அளவு இனத்திற்கு இனம் மாறுபடுகின்றது. (படம் 5) மேல் மட்டப் புழுக்களின் புழுக்கூடுகளுக்கு இரு முனைகளிலும் இழைகள் உள்ளன. இவை, புழுக்கூடு பொரிக்கும் வரை குப்பையில் ஒட்டிக் கொள்வதற்கு உதவுகின்றன. புழுக்கூடுகளில் பல முட்டைகள் இருந்தாலும், ஒரு சில மட்டுமே இளம் புழுக்களாக வளர்ந்து வெளிவருகின்றன. புழுக்கூட்டின் நிறம் புதிதாய் இடப்பட்டதிலிருந்து பொரிக்கும் வரை சிறிது சிறிதாக மாறி வருகிறது. இவ்வாறு நிறம் மாறி வருவதை லா.மாரிட்டீ வகையில் (படம் 6) காண முடியும்.

இழப்பு மீட்டல்

மண்புழு தான் இழந்துவிட்ட கண்டங்களை மறுபடியும் வளர்த்துக் கொள்ளும் ஆற்றலுடையது. மீண்டும் முன்புறத்தைக் காட்டிலும் பின்புறத்திலேயே கண்டங்களை வளர்த்துக்கொள்ளும் ஆற்றல் விரைவாக நடைபெறுகிறது. ஒரு புழு இரண்டாக வெட்டப்படும்போது வெட்டப்பட்ட முன் பகுதி வாலை வளர்த்துக் கொள்கிறது. ஆனால், பின்பகுதி தலையை வளர்த்துக்கொள்ள முடிவதில்லை. புழுவை அதன் நீளவாக்கில் வெட்டும்போது அது மீண்டும் ஒன்று சேர முடியாமல் இறந்துவிடுகிறது.

உயிர் உமிழ்திறன்

ஒரு சில மண்புழுச் சிற்றினங்கள் உயிர் ஒளி உமிழ் திறனைக் கொண்டுள்ளன. ஆக்டோகீட்டஸ் மல்டிபோரஸ் (Octochaetus multiporus), எப்சினியா (Eisenia), மற்றும் டிப்ளோகார்டியா (Diplocardia), மைக்ரோஸ் கோலெக்ஸ் ஹெட்டிராப்டிரா (Microscolex heteroptera), ஸ்பென்சரியெல்லா கோர்மியெரி (Spenceriella cormieri), ஸ்பெ.குர்ட்டிஸி (S. curtisi), ஸ்பெ.மைனர் (S. minor), ஸ்பெ நாட்டிலுக்கா

(S. noctiluca) ஃப்ளெட் சரோட்ரில்லஸ் யுனிக்கஸ் (Fletcherodrilus unicus), ஃப்ளெ.பேஸ் லியட்டஸ் (F.fascitus) போன்டோட்ரில்லஸ் பெர்முடென்சிஸ் (Pontodrilus bermudensis), டிப்ளோகார்டியா (Diplocardia longa), மற்றும் லா.மாரிட்டீ என்பவை இவ்வகையைச் சார்ந்தவை.

புழுவின் உடலில் காணப்படும் குளோராகோஜென் உயிரணுக்களில் உள்ள லூசிஃபெரின், லூசிபெரேஸ் என்ற வேதிப்பொருட்களினால் உயிர்ஒளி உமிழ்வு நடைபெறுகிறது. இவ்வுயிரணுக்கள் வெடித்து இவ்விரண்டு வேதிப்பொருட்களும் மேற்பரப்பின் துவாரங்கள் வழியாக வெளிப்படும்போது உயிர்ஒளி உமிழ்வு ஏற்படுகின்றது. லா.மாரிட்டீ வகையில் உமிழ்வு அளவுகள் *4.41X1013* போட்டான்கள் வரை இருக்கிறது. இதிலிருந்து வரும் ஒளியின் சராசரி அளவு *3.29X1014* போட்டன்களாக உள்ளது.

மண்புழுக்களில் காணப்படும் ஒளி உமிழ் திறன் ஆய்வாளர்களுக்குப் புதிராகவே இருந்துள்ளது. இரவில் வேட்டையாடும் விலங்குகளுக்கு எதிரான ஒரு தற்காப்பு அமைப்பாக இது இருக்கலாம் அல்லது தம் வகை மண்புழுக்கள் பிறவற்றை ஈர்க்கவோ, பாலியல் கவர்ச்சியை அதிகரிக்கவோ இது பயன்படுகிறது என்று கூறப்படுகிறது.

உமிழ் ஆற்றல் திறன்

ஆற்றல் மாற்ற அமைப்புகளில் மண்புழுக்களின் பங்கினை மதிப்படி, அவற்றின் உயிர் ஆற்றல் திறன் கணக்கிடப்பட்டுள்ளது. ஒரு அமைப்பின் ஆண்டு நகர ஆற்றல் உள்ளீட்டில் 10லிருந்து 25 சதவிகிதம் வரை மண்புழுக்களால் செயல்படுத்த முடியும் என்று கணிக்கப்பட்டுள்ளது. மக்க வைக்கும் தன்மையில் அவற்றின் முக்கியத்துவத்தை இது குறிக்கிறது.

4. மண்புழுக்களின் வாழ்க்கைச் சுழற்சி

இயற்கைச் சங்கிலியில் மண்புழுக்கள் ஒரு சிறிய உயிரினமாகக் காணப்பட்டாலும் அவற்றின் இழப்பு, அனைவரையும் வருத்திச் செய்யும் அளவுக்குப் பெரும் வெற்றிடத்தையே உருவாக்கிவிடும். மண்புழுக்கள் தாவரங்களின் வளர்ச்சியை ஊக்குவிக்கின்றன. அவை இல்லையெனில், தாவரங்களின் வளர்ச்சி முடக்கப்பட்டுவிடும்.

- கில்பெர்ட் வைட் (1770)

வாழ்க்கைச் சுழற்சி பற்றிய ஆய்வுகள்

மண்புழுக்களின் வாழ்க்கைச் சுழற்சி முறைகளைக் குறித்துச் செய்யப்பட்ட ஆய்வுகளில் பல ஆய்வுக்கூடங்களின் வரைமுறைகளுக்குக் கட்டுப்பட்டோ அல்லது கள-சோதனைகளின் அடிப்படையிலோ மேற்கொள்ளப்பட்டவை. வாழ்க்கைச் சுழற்சி ஆய்வுக்குத் தேர்ந்தெடுக்கப்படும் மண்புழு சிற்றினத்தின் முக்கியத்துவம், அதற்கு மண்புழு வளர்ப்பில் (Vermiculture) உள்ள செயல்முறைத் திறன்களை அடிப்படையாக் கொண்டது. ஆய்வுக்கு எடுத்துக்கொள்ளப்படும் புழுக்கள் மேல்மட்ட வகையோ, இடைமட்ட வகையோ அல்லது அடிமட்ட வகையோ எதுவாக இருந்தாலும், அவற்றின் வேறுபட்ட உணவுப் பழக்கங்கள் அவற்றின் ஆற்றலைப் பயன்படுத்திக்கொள்ள வழி செய்கிறது.

மண்புழுக்களின் உணவு பழக்கங்கள், நடைமுறைப் பண்புகள் ஆகியவற்றின் அடிப்படையில் ஆய்வுக்கான மண்ணின் சூழ்நிலை உருவாக்கப்படுகிறது. ஆய்வுக்குத் தேர்ந்தெடுக்கப்பட்டுள்ள வகை இடம்பெயரும் பண்புடையதா, உடையதென்றால் அது மேலும் கீழுமாகவோ அல்லது இடை மட்டத்திலா, எவ்வகை மண்ணில் எந்த மட்டத்தில் வாழ்கின்றது போன்ற தகவல்களின் அடிப்படையில் ஆய்வு மேற்கொள்ளப்படுகிறது.

மேல் மட்டப் புழுக்கள் மண்ணின் மேற்பரப்பில் வாழக்கூடியவை. அதனால் இவற்றிற்கு மண் மட்டுமே போதுமானது. இடைமட்ட புழுக்களுக்கு 25 முதல் 90 செ.மீ ஆழத்திற்கு மண் தேவைப்படுகிறது. அடிமட்டப் புழுக்களுக்கும் இதே ஆழம் தேவைப்பட்டாலும் அதன் அளவும் அதிலுள்ள அங்ககப் பொருட்களும் அதிகமாகத் தேவைப்படுகின்றன.

வாழ்க்கை சுழற்சி வகைகள்

லா.மாரிட்டீ இனம், மண்ணின் மேல் மட்டத்திலிருந்து 20 செ.மீ ஆழம் வரையில் தனது புழுக்கூடுகளை இடுகிறது. 18 நாட்கள் புழுக்கூடுகளுக்குள்ளேயே இருந்து பிறகு புழுக்கூடுகள் பொரிந்து புழுக்குஞ்சுகள் (Juveniles) (படம் 7) வெளியாகின்றன. இளம் புழுக்கள் வளர்ந்து தமது அடுத்த நிலையான புணர்வளைத் தடிப்பு அற்ற நிலைக்கு மாறுகின்றன. வளர்ச்சிப் பருவத்தின் இறுதியில் புணர்வளைத் தடுப்பு உருவாகிவிடுகிறது. வளர்ச்சிப் பருவத்தைத் தொடர்ந்து இனப்பெருக்கப் பருவம் வருகிறது. இதில் புழுக்கள் இனச்சேர்க்கையில் ஈடுபடுகின்றன. கலவி (copulation) முடிந்து 10 நாட்களுக்குப் பிறகு புழுக்கள் மண்ணில் புழுக்கூடுகளை இடத் துவங்குகின்றன. இத்துடன் இவற்றின் வாழ்க்கை சுழற்சியும் முற்றுப் பெறுகிறது. இதேபோன்ற வெவ்வேறு நிலைகள், பெ.எக்ஸ்கவேட்டஸ் வகையிலும் காணப்படுகின்றது. இப்புழுக்கள் பொதுவாக மண்ணின் மேற்பரப்பில் காணப்படும் இலைக் குப்பையில் தமது புழுக்கூடுகளை வெளியிடுகின்றன. சில சமயங்களில் மண்ணில் 10 செ.மீ ஆழம் வரை இவற்றின் புழுக்கூடுகள் காணப்படுகின்றன. இவ்வகையின் வளர்ந்த புழுக்கள் கலவி மூலமாகவோ அல்லது கன்னி இனப்பெருக்கம் (Parthenogenesis) மூலமாகவோ புழுக்கூடுகளை உருவாக்குகின்றன. புழுக்கூட்டிலிருந்து துவங்கி வளர்ந்த புழுவின் விலையை அடைவதற்கு லா.மாரிட்டீ வகைக்கு 60 நாட்களும், பெ.எஸ்கவேட்டஸ் இனத்திற்கு 54 நாட்களும் தேவைப்படுகின்றன.

வாழ்க்கைச் சுழற்சி - லாம்பிட்டோ மாரிட்டீ புழுக்கூடுகள்

லா.மாரிட்டீ இன புழுக்கூடுகள் சராசரி 6 மில்லி மீட்டர் நீளமும் 8 மில்லி மீட்டர் அகலமும் கொண்டவை (படம் 8). ஒவ்வொரு புழுக்கூடும் நீள் உருளை வடிவுடன் இரு முனைகளில் குறுகியும் காணப்படுகிறது. புழுவிலிருந்து அகற்றப்படும்போது சிறிது பச்சை கலந்த, வெள்ளை நிறமாக ஒளி ஊடுருவும் விதமாக உள்ளன. வெளிர் பச்சை நிறம் கொஞ்சம் கொஞ்சமாக புழுக்கூடு முழுவதும் பரவி,

பிறகு பொரிப்பதற்கு முன்னர் அது பழுப்பு நிறமாக மாறிவிடுகிறது. லா.மாரிட்டீயில் பொதுவாக ஒரு புழுக்கூட்டிலிருந்து ஒரு புழு மட்டுமே வெளியாகிறது. ஆனால் ஒரே புழுக்கூட்டிலிருந்து மூன்று புழுக்கள் வெளியானதும் உண்டு. புழுக்கூடு எடை பொதுவாக 5 மில்லி கிராமிலிருந்து 20 மில்லி கிராம் எடை வரையில் இருக்கும். இந்த எடை ஒவ்வொரு நிலையிலும் அதிகரிக்கிறது.

லும்பிரிஸிடே குடும்பத்தின் மண்புழு வகையில் ஒவ்வொரு புழுக்கூட்டிலும் ஒன்றிலிருந்து இருபது கருவுள்ள, முட்டைகள் காணப்பட்டாலும் பெரும்பாலும் ஒன்று அல்லது இரண்டு மட்டுமே பிழைத்து பொரிந்து வெளிவருகின்றன.

இனப்புழுக்கள்

புழுக்கூட்டிலிருந்து பொரிந்த இளம்புழுக்கள் 0.8 - 1.5 மி.மீ நீளத்தைக் கொண்டவை. இவை 7 மி.கிராம் எடையில் உள்ளன. இவை வெளிர் பழுப்பு - சிவப்பு நிறத்தைக் கொண்டுள்ளன. இளம் புழுவின் நீளம் மெதுவாக அதிகரித்து 4 செ.மீ அடைகிறது. இதன் எடை 150 மி.கிராம் வரை கூடுகிறது.

புணர்வளைத் தடிப்பு வளரா நிலை

புணர்வளைத் தடிப்பு இன்னும் உருவாகாத, 4 செ.மீட்டருக்கும் நீளமான இளம்புழுக்கள் இதில் அடங்கும். இவற்றின் எடை 150 மி.கிராமில் இருந்து 450 மி.கிராம் வரை உள்ளது. இந்த நிலை புழுவின் வாழ்க்கைச் சுழற்சியின் சுறுசுறுப்பான ஒரு தருணம்.

புணர் வளைத் தடுப்பு வளர்ந்த நிலை

லா.மாரிட்டீ இனத்தின் புணர்வளைத் தடிப்பு வளர்ந்த புழுக்கள் 20 முதல் 25 செ.மீ வரை வளர்கின்றன. நிதானமான இயக்கத்தைக் கொண்டுள்ள ஒரு முதிர்ந்த புழு 25-100 செ.மீட்டர் நீளத்திலும் 3.50+0.20 கிராம் எடையிலும் இருக்கும். இளமையான புழுக்கள் பொதுவாக இளம்பழுப்பு நிறத்தைக் கொண்டுள்ளன. பின்பு அவை வளர்கையில் நிறம் மாறி கரும் பழுப்பு நிறமாகி விடுகின்றன. அவற்றின் மேல் தோல் திசுக்களில் உள்ள நிறமிகளின் அதிகரிப்பே இதற்குக் காரணம். ஆரோக்கியமான லா.மாரிட்டீ இனப் புழுப் பொரிந்ததிலிருந்து சுமார் ஒரு வருட காலத்திற்கு வாழக்கூடியது.

வாழ்க்கை சுழற்சி - பெரியோனிக்ஸ் எக்ஸ்கவேட்டஸ்

புழுக்கூடுகள்

பெ.எக்ஸ்கவேட்டஸ் இனப் புழுக்கூடுகள், 3 முதல் 5 மி.மீட்டர் நீளமும் 6 மி.மீட்டர் அகலமும் உள்ளன. புழுக்கூடுகளின் முனைகள் குஞ்சங்களாய் முடிகின்றன. குப்பையில் ஒட்டிக்கொள்வதற்கு இது உதவுகிறது (படம் 8). இப்புழுக்கூடுகளின் எடை 5 மி.கிராமிலிருந்து 10 மி.கிராம் வரை உள்ளது. முதலில் ஒளி ஊடுருவும் வெள்ளை நிறமாக உள்ள இவைகள் இளம் பச்சைக்கு மாறி பின்னர் இளம் பழுப்பு நிறத்திற்கும், பொரிப்பதற்கு முன்னர் கரும் பழுப்பு நிறத்திற்கும் மாறுகின்றன. பொதுவாகப் புழுக்கூடு ஒன்றிலிருந்து இரண்டு அல்லது மூன்று கிராம் புழுக்கள் வெளியாகின்றன.

இளம் புழுக்கள்

பொரிந்த பின்பு இளம்புழுக்கள் 3 மி.மீட்டரிலிருந்து 4 மி.மீட்டர் வரை நீளமும் சுமார் 5 கிராம் எடையும் கொண்டுள்ளன.

புணர்வளைத் தடிப்பு வளரா நிலை

4 செ.மீட்டர் நீளத்திற்கும் அதிகமான புணர்வளைத் தடிப்பு வளரா புழுக்கள் இந்நிலையைச் சார்ந்தவை. இவற்றின் எடை 10 மி.கிராம் முதல் 100 மி.கிராம் வரை உள்ளது.

புணர்வளைத் தடிப்பு வளர்ந்த நிலை

இந்நிலையில் புழுக்கள் 6 செ.மீட்டருக்கும் அதிகமான நீளத்தைக் கொண்டுள்ளன. சில சமயங்களில் இவற்றின் நீளம் 15 செ.மீட்டரையும் தாண்டும். முதலில் இவை ஊதா நிறமாக இருக்கும். புணர்வளைத் தடிப்பு உருவாகும்போது அதன் அருகிலுள்ள கண்டங்கள் வெளிர் நிறமாகி விடுகின்றன. புழுக்கள் கலவிக்கு தயாராகும்போதும், கலவிக்குப் பிறகு சில மணி நேரத்திற்கும் புணர்வளைத் தடிப்பு தெளிவாகத் தெரிகிறது. பெ.எக்ஸ்கவேட்டஸின் வாழ்நாள் 300 நாட்களை எட்டுகிறது.

இரட்டிப்படையும் காலம்

இரட்டிப்படையும் காலம் என்பது குறிப்பிட்டப் பரப்பளவிலும் சூழ்நிலையிலும் மண்புழுக்களின் எண்ணிக்கை அல்லது அவற்றின் உயிர்-நிறை இரு மடங்காகப் பெருகும் காலமாகும். வெவ்வேறு அங்ககக் கழிவு உள்ளீடுகளில் வா.மாரிட்டீ இனத்தின் அடர்த்தி மற்றும் உயிர்-நிறை ஆகியவற்றின் இரட்டிப்படையும் காலம் முறையே 38.05 நாட்களும் 33.77 நாட்களாகும். (அட்டவணை 1) உட்கொள்ளும் உணவை பொறுத்து இரட்டிப்படையும் காலமும் மாறுபடுகிறது. உணவு உட்கொள்ளும் அடிப்படையில் அடர்த்தியின்

இரட்டிப்படையும் காலம் *26.96* நாட்கள் முதல் *42.26* நாட்கள் வரையிலும், உயிர்-நிறை இரட்டிப்படையும் காலம் *29.74* நாட்கள் முதல் *39.38* நாட்களாகவும் வேறுபடுகின்றது.

அட்டவணை 1 இரட்டிப்பயையும் காலம் (நாட்களில்)

உணவு மாற்றங்கள் பெ.எக்ஸ்கவேட்டஸ்		மண்புழு சிற்றினம் லா. மாரிட்டீ		
	அடர்த்தி	உயிர் நிறை	அடர்த்தி	உயிர் நிறை
வைக்கோல் + சாணம்	40.06	36.85	20.95	16.84
சாண எரிவாயு கசடு மட்டும்	42.26	35.00	9.36	11.68
இலைக்குப்பை + சாண எரிவாயுக்கசடு	36.26	30.543	8.78	11.55
மரத்தூள் + சாண எரிவாயுக்கசடு	26.96	39.38	9.26	23.24
கரும்பு சக்கை + சாண எரிவாயுக்கசடு	40.77	33.32	11.26	19.70
சமையலறைக் கழிவுகள் + சாண எரிவாயுக்கசடு	42.00	29.74	10.71	14.06

பெளக்ஸ்வவேட்டர் இனத்தில், வெவ்வேறு உணவு உள்ளீடுகளில் அடர்த்தி மற்றும் உயிர்-நிறைக்கான இரட்டிப்படையும் காலம் முறையே *11.72* நாட்களும், *16.14* நாட்களாகும். இவ்வினத்தில் இரட்டிப்படையும் காலத்தில், உணவு உள்ளீட்டின் அடிப்படையில் பெரியதொரு வேறுபாட்டினைக் காணமுடிகிறது. அடர்த்திக்கு *8.78* நாட்கள் முதல் *20.95* நாட்கள் வரையும், உயிர்-நிறைக்கு *11.55* நாட்கள் முதல் *23.24* நாட்கள் வரையும் இது மாறுபடுகிறது.

மா.மாரிட்டீ இன மண்புழுக்களைப் பொருத்தமான அங்ககப் பொருட்களால செறிவூட்டப்பட்ட மணலில் வளர்க்கலாம். அவ்வாறு வளர்க்கும்போது அவற்றின் அடர்த்தி மற்றும் உயிர்-நிறை இரண்டுமே அதிகரிக்கிறது. வளர்ப்புப் பாத்திரங்களில் மண்புழுக்களைச் செலுத்திய பின்பு *80* நாட்கள் கழித்துப் பார்த்தால் எண்ணிக்கையிலும் உயிர்-நிறையிலும் அதிகப்படியான அளவுகள் காணப்படுகின்றன. (அட்டவணை *2* மற்றும் *3*). மணலில் மரத்தூள்

சேர்க்கப்படும்போது அது புழுக்களின் எண்ணிக்கையைக் கூட்டுகிறது. காகிதத்தைச் சேர்க்கும்போது உயிர்-நிறை அதிகரிக்கிறது.

அட்டவணை 2: லா.மாரிட்டீ இனம், மணலில் மாறுபடுகளுடன் வளர்க்கப்படும்போதுஅதன் உயிர்-நிறையின் மாற்றங்கள்

மாற்றங்கள்	0 நாள்	30 நாட்களில்	80 நாட்களில்	200 நாட்களில்
மணல் + செல்லுலோஸ் + சாணம்	8.110 +0.028	7.715 +01.124	21.820 +1.287	24.085 +0.647
மணல் + வைக்கோல் + சாணம்	7.550 +0.389	4.055 +0.499	3.125 +0.760	2.835 +0.477
மணல் + காகிதம் + சாணம்	8.550 +0.354	9.370 +2.362	22.910 +1.803	14.180 +2.234
மணல் + மரத்தூள் + சாணம்	6.650 +0.212	3.765 +0.555	12.2220 +0.544	2.135 +0.194
மணல் + சாணம்	5.275 +1.397	7.030 +0.136	13.195 +0.187	0.830 +0.021

உயிர்நிறை: காகிதம் சேர்க்கப்படும்போது 80வது நாளில 2.5 மடங்கு உயர்வு
மரத்தூள் சேர்க்கப்படும்போது 80வது நாளில் 1.8 மடங்கு உயர்வு

**அட்டவணை 3: மண்புழு எண்ணிக்கை (சராசரி எண்கள்)
லா.மாரிட்டீ இனம், மணலில் மாற்றங்களுடன் வளர்க்கப்படும்போது**

மாற்றங்கள்	0 நாள்	30 நாட்களில்	80 நாட்களில்	200 நாட்களில்
மணல் + செல்லுலோஸ் + சாணம்	8 +0	14.0 +0,7	34.5 +1,1	47.5 +1,8
மணல் + வைக்கோல் + சாணம்	8 +0	10.5+1,8	7.0 +1,4	7.5 +0,4
மணல் + காகிதம் + சாணம்	8+0	57.5+20.2	54.0+13.4	45.5+9.5

மணல் + மரத்தூள் + சாணம்	8+0	7.5+0.4	76.0+4.2	6.0+0.7
மணல் + சாணம்	8+0	19.0+2.8	24.5+2.5	3.0+0.7

எண்ணிக்கை: மரத்தூள் சேர்க்கப்படும்போது 80வது நாளில் 9.5 மடங்கு உயர்வு. காகிதம் சேர்ப்பதால் 80வது நாளில் 6.8 மடங்கு உயர்வு.

வளர்ச்சியின்போது நிகழும் உயிர் வேதியல் மாற்றங்கள்

மண்புழுக்களின் வளர்ச்சி நிலைகளில் பல குறிப்பிடத்தக்க மாற்றங்கள் நிகழ்கின்றன. இளம் புழுக்களின் உடலில் 70 விழுக்காடு தண்ணீர் உள்ளது. இதுவே புணர்வளைத் தடிப்பு வளராத புழுக்களில் 82 விழுக்காடாகவும், புணர்வளத் தடிப்புள்ளவற்றில் 76 விழுக்காடாகவும் மாறுகிறது (அட்டவணை 4). இதுபோல புரதம் மற்றும் கொழுப்புப் பொருள் அளவுகளிலும் மாற்றங்கள் நிகழ்கின்றன. ஆனால் கார்போஹைட்ரேட்டுகளின் அளவிலும், சாம்பல் சத்தின் அளவிலும் குறிப்பிடத்தக்க அளவு மாற்றங்கள் நிகழ்வதில்லை.

அட்டவணை 4: லா.மாரிட்டீ இனத்தின் தண்புஞர், கார்போஹைட்ரேட், புரதம், கொழுப்பு மற்றும் சாம்பல் சத்துகளின் அளவுகள்

நிலை	உடலில் உள்ள நீரின் எடை	கார்போ ஹைட்ரேட்	புரதம்	கொழுப்புப் பொருள்	சாம்பல் சத்து
இளம்புழு	69.30 +8.30	0.90 +0.26	45.50 +6.20	15.60 +0.80	6.13 +0.12
புணர்வளைத் தடிப்பற்றவை	81.80 +2.80	0.79 +0.18	50.46 +5.70	8.66 +1.80	5.00 +2.90
புணர்வளை	76.26 +2.80	0.99 +0.27	48.13 +6.60	11.50 +2.50	5.42 +0.32

இனத்தில், உடலின் தண்ணீர் அளவு 73 விழுக்காடாக உள்ளது. புணர்வளைத் தடிப்புள்ள புழுக்களில் கார்போஹைட்ரேட்டுகள் அதிகமான (6.6%) உள்ளன. புணர்வளைத் தடிப்பற்ற புழுக்களில் புரதங்கள் அதிகமாக உள்ளன (30.72%) இளம்புழுக்களில் கொழுப்புச் சத்து அதிகமாக உள்ளது (8.25%)

5. மண்புழுக்கள் வளர்ப்புக்கு

உயிரினங்கள் தாம் வாழும் சூழலுக்கு வெறும் அடிமைகள் அல்ல. தட்பவெப்பம், ஒளி, தண்ணீர் போன்ற இயற்கை நிலைகளுக்கு ஈடுகொடுத்து, சூழலுக்கு ஏற்றவாறு இவை மாறிக்கொள்கின்றன. இவ்வாறு ஈடுகொடுப்பது சமூகங்களிடையேயும், சிற்றினங்களிலும் கூட நன்கு நடைபெறுகின்றது. உலகின் பல பகுதிகளில் காணப்படும் சிற்றினங்கள் உள்ளூர் சூழலைத் தழுவி, சூழல் வகைகளாக வாழ்கின்றன. செயல்முறைச் சூழலியலில், உள்ளூர் வகைகளில் நடந்திருக்கக்கூடிய மரபியல்–பொருத்தம் நிராகரிக்கப்படுகிறது. இதனால், உள்ளூர் வகைகளுக்கு மாற்றாக வெளியிடங்களிலிருந்து கொண்டு வரப்படும் உயிரினங்களைப் பயன்படுத்தும் முயற்சிகள் தோல்வியைத் தழுவும் வாய்ப்புள்ளது.

- ஓடம், இ.பி. (1971)

வளர்ப்புக்கான மண்புழுக்கள்

மூன்பு கூறப்பட்ட மூன்று வகையான மண்புழுக்களில் மேல்மட்டப் புழுக்களும், இடைமட்டப் புழுக்களும், மண்புழு உரம் தயாரிக்கும் முறையில் அதிகமாகப் பயன்படுத்தப்படுகின்றன. இஃபோட்டிடா (E.Foetida) மற்றும் இ.யுஜினியா போன்ற மேல்மட்ட வகைகள் அங்ககக் கழிவுகளை (வேளாண் கழிவுகள், வீட்டு சமையலறைக் கழிவுகள் ஆகியவற்றை) உரமாக மாற்றப் பயன்படுத்தப்படுகின்றன. குப்பையையும், அங்ககக் கழிவுகளையும் தங்கள் அயராத உழைப்பின் மூலம் தொழுவுரமாக மாற்றியபோதிலும் மண் அமைப்பினை மாற்றுவதில் இவற்றின் பங்கு மிகக்குறைவு என்றே கூற வேண்டும்.

இடைமட்ட மண்புழுக்கள் அங்ககக் கழிவுகளை உரமாக மாற்றுவதிலும், மண்ணின் அமைப்பினை மாற்றுவதிலும் முக்கியப் பங்கு வகிக்கின்றன. மண் பராமரிப்பிற்குப் பயன்படுத்தப்படும்

லா.மாரிட்டீ போன்ற இடைமட்ட வகைகள் துவார மண்டலங்களை உருவாக்குவதிலும் வல்லமை படைத்தவை.

மண்புழுத் தொழில்நுட்பத்தில், உள்ளூர் வகைகளைப் பயன்படுத்துவது சிறப்புமிக்கது. உள்ளூர் வகைகளில் மேல்மட்ட இடைமட்ட வகைகளைக் கலந்து பயன்படுத்திக் குப்பை மற்றும் மண் பராமரிப்பை மேற்கொள்ளலாம். மண்ணில் வாழும் பல்வேறு உயிரினங்களுக்கிடையே செயல் விளைவுகள் நடைபெறுகின்றன என்பது உண்மை. தமிழ்நாட்டில் பரவலாகக் காணப்படும் பல மண் புழு வகைகளில் பெ.எக்ஸ்கவேட்டஸ் (மேல்மட்டம்) லா.மாரிட்டீ (இடைமட்டம்) ஆகிய இரு வகைகளும் சேர்ந்த அங்ககக் கழிவுப் பராமரிப்பில் நன்கு செயல்படுகின்றன. இதில் மா.மாரிட்டீ இடைமட்ட வகையைச் சார்ந்ததால், மண்ணில் மேலும் கீழுமாகச் சென்று மண்ணின் பராமரிப்பையும் கவனித்துக் கொள்கிறது.

உள்ளூர் வகை மண்புழுக்களைப் பயன்படுத்துவதால் பல நன்மைகள் உள்ளன. வெளியூர் வகைகளைப் பயன்படுத்துவதில் பிரச்சனைகள் அதிகமென்பதும் நன்கு அறியப்பட்டதே. உள்ளூர் வகைகளுக்கும் வெளியூர் வகைகளுக்குமிடையே காணப்படும் ஒத்துப்போகாத தன்மைக்குச் சான்றுகள் பல உள்ளன. வெளியூர் வகையினை பயன்படுத்துவதை சில ஆராய்ச்சியாளர்கள் அறிவுறுத்தினாலும், உள்ளார்ந்த உயிர்-வேறுபாட்டுத் தன்மையை மாற்றியமைப்பது தேவையற்றதும் விரும்பத்தகாததுமாகும்.

மேல்மட்ட வகைகளில் மண்புழு உரம் தயாரிக்கப் பயன்படுத்தப்படும் பல சிற்றினங்களில் குறிப்பாக மூன்று வகைகள் பரிந்துரைக்கப்பட்டு ஆய்வுக்கூடங்களிலும், களச்சோதனைகளிலும் பயன்படுத்தப்படுகின்றன. அவை பெ.எக்ஸ்கவேட்டஸ், இ.யுனியா ஃபீட்டிடா ஆகியவை உள்ளூர் வகை மண்புழுக்களைப் பயன் படுத்துவது மண்ணின் வளத்தையும் சூழலையும் மேம்படுத்துவதில் துணைநின்றாலும் ஒரு சாரார் இறக்குமதி செய்யப்பட்ட புழுக்களையே விரும்புகின்றனர்.

மண்புழு உள்ள மண், மண்புழு இல்லாத மண்ணிலிருந்து வேறுபட்டுக் காட்சியளிக்கிறது (படம் 9). முக்கியமாக மண்புழுத் தாவரங்களின் வழியே தண்ணீரும், அதனுடன் உணவுச்சத்தும் கீழிறங்கி இத்துவாரங்களின் மூலம் ஏற்கனவே விரைவாகப் பரவியுள்ள வேர்களைச் சென்றடைகின்றன. இதே கொள்கையில்தான் மண்புழு செறிவூட்டப்பட்ட நீர் (Vermiwash) தயாரிக்கப்படுகிறது.

மண்புழு செறிவூட்டப்பட்ட நீரில் போஷாக்கு சத்துக்கள் கணிசமாகக் காணப்படுவதால், இது பயிர்களின் மீது தெளிப்பதற்கு உகந்த திரவ உரமாகிறது. உயிருள்ளபோது தாவரங்களுக்கு நல்ல ஊட்டச்சத்துக்களை வழங்கும் மண்புழுக்கள் இறந்த பிறகும் மண்ணின் நைட்ரஜன் சத்தைப் பெருக்குகின்றன. அவற்றின் உடல் எடையில் (காய்ந்த எடை) 60 சதவிகிதத்திற்குப் புரதம் இருப்பதால் இவற்றின் உடலிலிருந்து புரதம், நைட்ரஜனாக மாறி வெளியேறி மண்ணை வளப்படுத்துகிறது.

புழுவின் உடலினூடே உணவு செல்லும்போது, அடைபட்டுள்ள கனிமங்கள் விடுபட்டு, தாவரங்கள் உறிஞ்சிக்கொள்ளும் நிலைக்கு மாற்றப்படுகின்றன. இது மண்புழுவின் குடலில் அதிகமாகக் காணப்படும் நுண்-துவாரத்தினால் சாத்தியமாகிறது. மண்புழுக்களின் கழிவான நாங்கூழ் மண்ணில் காணப்படும் பாக்டீரியாக்களின் தொகை சுற்றியுள்ள மண்ணைக் காட்டிலும் ஏறத்தாழ நூறு மடங்கு அதிகமாக உள்ளது.

மண்புழு இனப்பெருக்கம்

இந்தியாவில் 350க்கும் மேலான மண்புழு சிற்றினங்கள் உள்ளன. இன்னும் பல வகைகள் கண்டறியப்படாமல் உள்ளன. பலவற்றின் திறன்களும் வாழ்க்கைச் சுழற்சியும் இன்னும் ஆய்வு செய்யப்படாமலேயே உள்ளது.

மண்புழுவை இனப்பெருக்கம் செய்பவர்கள், தாம் எதற்காக மண்புழு வளர்க்கிறோம் என்பதில் தெளிவாக இருக்க வேண்டும். வெறும் தூண்டில் புழுக்களாகப் பயன்படுத்தவோ அல்லது குப்பையை மக்கச் செய்து மண்புழுக்களின் துரிதப் பெருக்கத்திற்காகவோ மட்டுமென்றால், அதற்கு மேல்மட்ட புழுக்களே போதுமானது. ஆனால், இவற்றினால் மண் மேம்பாட்டிற்கு எவ்விதப் பயனும் கிடைப்பதில்லை. வேளாண் நிலங்களில் மண்ணின் வளமும் பெருகுவது முக்கியம். இங்கு மேல்மட்ட வகையும் இடைமட்ட வகையும் கலந்து பயன்படுத்தப்படுவது அவசியம். வேளாண் கழிவுகளையும் அங்ககக் கழிவுகளையும் உரமாக மாற்றுவதில் மேல்மட்ட புழு திறமை மிக்கவை.

இடைமட்ட புழு, உரமாக்குதலில் உதவி புரிவதுடன், துவார மண்டலங்களை உருவாக்குவதன் மூலம் உணவுச் சத்துக்களைத் தாவரங்களுக்குக் கொண்டு செல்கின்றன. மேலும் அவற்றின் இடப்பெயர்ச்சிச் செயலினால் (மேலும் கீழுமாக நகர்வது)

துவாரங்களைப் பெருக்கி மண் மேம்பாட்டிற்கு உதவுகின்றன. தாம் வாழும் மண்ணில், சூழல் மற்றும் உணவுப் பழக்கத்தின் அடிப்படையில் மேல்மட்ட புழு, இடைமட்ட புழு, கீழ்மட்ட புழு என்று இயற்கையில் மண்புழுக்கள் உருவாகியுள்ளன. இதில் ஏதேனும் ஒன்றை மட்டுமே தேர்ந்தெடுத்துச் செயல்படுத்துவதென்பது, சூழலியல் ரீதியாக முழுமையான அணுகுமுறையாகாது. இந்த முழுமையான அணுகுமுறையில், இயற்கை என்பது விமானத்திலுள்ள கருப்புப் பெட்டியைப் போன்றது.

தொழில்நுட்பம் என்பதை ஒரு இருமுனை வாள் என்று கூறலாம். மனிதகுலத்தின் முழுமையை அறிந்துகொள்ளப் பயன்படுத்தலாம். மனிதகுலத்தின் அழிவுக்கும் இதைக் கருவியாக்கலாம். இன்றைக்கு மரபியல் பொறியியல் என்ற ஆபத்து மிகுந்த ஒரு கருவியுடன் நாம் விளையாடிக் கொண்டிருக்கிறோம். இதற்கு உயிர் தொழில்நுட்பம் என்ற அழகான பெயரையும் வைத்துள்ளோம். இந்தத் தொழில் நுட்பம் ஏற்கெனவே பல மரபியல் - விளையாட்டுகளின் மூலம் உயிர் வேறுபாட்டினை அழித்து வேளாண்மை உருவாக்க வழி வகுத்துள்ளது. இவற்றை வளர்க்க வேண்டி மனிதர்கள் இரசாயன ஆய்வுக்கூடங்களில் வடிவமைக்கப்பட்ட வேதி உரங்களை மண்ணில் சேர்த்து வருகின்றனர். இந்த முயற்சிகளை கட்டிக் காப்பாற்ற மேலும் உக்கிரமான கலவைகளைக் கொண்ட பூச்சிக்கொல்லி மருந்துகளையும் உருவாக்கிப் பயன்படுத்துகின்றனர்.

இயற்கையில் உற்பத்தியும், மக்குதலும் ஒரே நேரத்தில் நடை பெற்றாலும் இவை இரண்டுமே சமநிலையில் இருப்பதில்லை. மண்புழுக்கள் மட்டுமே மண்ணில் நிகழும் மக்குதலுக்குக் காரணம் என்று கூறுவது சரியல்ல. நுண்ணுயிர்களும் மற்ற பல உயிரினங்களும் மக்குதலுக்குக் காரணமாகின்றன. மக்குதலின்போது நடைபெறும் மாற்றங்களை முழுமையாக அறியப்படவில்லை என்பதே உண்மை. மண்புழுக்கள் தங்கள் குடல் அமைப்பின் செயலினாலும், நாங்கூழ் மண்ணின் மூலமாகவும் பல்வேறுபட்ட பாக்டீரியாக்கள் வளர்ந்து பெருக துணைபுரிகின்றன. இந்த பாக்டீரியாக்கள் மக்குதல் மற்றும் உணவுச்சத்துக்களை வேறு வடிவத்திற்கு மாற்றி அமைக்க உதவுகின்றன. இதில் தடங்கல்கள் - குறிப்பாக மனிதனின் குறுக்கீடு - சூழலமைப்பினைப் பாதிக்கின்றது. இது மண்ணின் வளங்களைக் குறைத்து, உணவுச்சத்துச் சுழற்சியின் சீரமைப்பைக் குலைக்கிறது. மண்புழுக்களில் உள்ள பல சிற்றினங்களில் இஃபோட்டிடா, இ.யுஜினியா, எல்.ருபெல்லஸ், பெ.எக்ஸ்கவேட்டஸ் ஆகியவை புழுப்பண்ணைகளில் பரவலாகப் பயன்படுத்தப்படுகின்றன.

இதில் பெ.எக்ஸ்கவேட்டஸ் வகை இமயமலையிலிருந்து தென்னிந்திய சமவெளிப் பகுதிகள் வரை அனைத்து இடங்களிலும் காணப்படுகின்றது. அங்ககக் கழிவுகளைப பயன்படுத்துவதில் இவற்றின் திறன் வளம் குறைவான மண்ணிலும் சரி எருவிலும் சரி இரண்டிலுமே உரம் தயாரிப்பில் இவை மேம்பட்டுச் செயல்படுவதிலிருந்து அறியப்பட்டுள்ளது.

மேல்மட்ட புழு அல்லது மக்க வைக்கும் புழுக்களில் உலகெங்கிலும் இயற்கையாகப் பல சிற்றினங்கள் உள்ளன. இருந்தும் அவற்றின் வாழ்க்கைச் சுழற்சி, கழிவுகளைப் பயன்படுத்தும் திறன் ஆகியவற்றைக் குறித்து ஆய்வுகள் ஒரு சில சிற்றினங்களில் மட்டுமே நடைபெற்றுள்ளன.

மண்புழு உரம்

மண்புழுக்களை வைத்து தயாரிக்கப்படும் உரம் மண்புழு உரம் என்று கூறப்படுகின்றது. தொழுவுரம் இட்டுச் செய்யப்படும் வேளாண்மைக்கு இது உகந்தது. இதைத் தயாரிப்பது எளிது. இதன் நன்மைகள் பல. இதனால் தாவரங்களுக்கு எவ்விதக் கேடுகளும் விளைவதில்லை. இடைமட்ட, கீழ்மட்டப் புழுக்களில் மண்புழுவிலிருந்து வெளியேறும் நாங்கூழ் மண்ணின் உற்பத்தி அங்குள்ள மண்ணின் மொத்த அடர்த்தியைப் பொருத்து அமையும். மண்புழுக்கள் அதிகமாக காணப்படும் வளமான மண்ணில் கக்கூன்கள் என்று அழைக்கப்படும் புழுக்கூடுகள் ஏராளமாகக் காணப்படுகின்றன. சாதகமற்ற பருவகாலங்களைக் கடப்பதற்கு (எடுத்துக்காட்டாக வறட்சி காலங்கள்) மண்புழு வகைகள் பல்வேறு உத்திகளைக் கையாளுகின்றன. ஆனால் எல்லா சூழ்நிலைகளிலும்

புழுக்கள் அவ்வாறு செய்வதில்லை. அதனால் காய்ந்த நாங்கூழ் மண் அனைத்திலும் புழுக்கூடுகள் இருக்கும் என்று கூற முடியாது. ஒரு சில மண்புழு வகைகள் மட்டுமே வறண்ட காலங்களைச் சமாளிக்கக்கூடிய புழுக்கூடுகளை உற்பத்தி செய்கின்றன.

உள்ளூர் மண்புழுக்களை சேகரித்தல்

உள்ளூர் வகை மண்புழுக்களைச் சேகரிப்பதென்பது எளிதான, ஊக்கமளிக்கும் ஒரு செயலாகும். தோட்டத்தில் நிழலான இடத்தைத் தேர்ந்தெடுக்கவும், இரசாயன உரங்களை போடப்படாத மரங்களுக்கு அருகிலோ அல்லது வீட்டிலிருந்து மற்றும் உணவு விடுதிகளிலிருந்து அங்ககக் கழிவுகள் வெளியேறும் இடங்களுக்கு அருகிலோ இருக்கக்கூடிய (மண்புழுக்கள் இருக்கக்கூடிய பகுதிகளில்) இடத்தைத் தேர்ந்தெடுக்கலாம். இவ்விடத்தில், ஒரு சதுர மீட்டர் பரப்பளவிற்குப் புதிய சாணத்தைப் பரப்பி, அதன் மீது வைக்கோல் அல்லது இலைச்சருகு குப்பையைத் தூவி, இதை பழைய சாக்கு அல்லது துணியை கொண்டு மூடிவிடுங்கள். இடத்தை ஈரமாக வைத்திருக்க அவ்வப்போது நீர் தெளிக்க வேண்டும். ஆனால் நீர் அதிகமாகிவிடக்கூடாது. இரண்டு வாரங்களுக்குப் பிறகு இவ்விடத்தில் மேல்மட்ட புழு, இடைமட்ட புழு ஆகிய இரு வகை புழுக்களைக் காணலாம். புழுக்களைச் சேகரிக்கும்போது அந்த இடத்திலிருந்து சிறிது மண்ணையும் சேர்த்து எடுக்க வேண்டும். மண்புழுக்கள் உயிருடன் இருப்பதை இது உறுதி செய்வதுடன் புழுக்கூடுகளையும் இதன் மூலம் பெற முடியும்.

மேற்குறிப்பிட்ட முறையில் செய்ய இயலாதவர்கள், ஒரு கிலோ வெல்லம், ஒரு கிலோ புதிய சாணம் இரண்டையும் 20 லிட்டர் நீருடன் கலந்து (உலர் நீரைப் பயன்படுத்தக்கூடாது) இவ்விடத்தில் தெளிக்கலாம். இதனால் மண்புழுக்கள் கவரப்பட்டு வர வாய்ப்புள்ளது. (ஆனால் மண்புழுக்களே இல்லாத பகுதிகளில் இதுவும் பலனளிக்காது)

மண்புழுக்களும் நமது செல்லப்பிராணிகளே. அவற்றை நன்றாக கவனித்துக்கொண்டால் அவை நமக்கு நல்ல முறையில் பலனளிக்கும் என்பதை நினைவில் கொள்ள வேண்டும்.

6. மண்புழு வளர்ப்பும் மண்புழு தொழில்நுட்பமும்

ஐரோப்பிய – ஆசியக் கண்டங்களில் காணப்படும் லும்பிரிசைடு குடும்பத்தைச் சேர்ந்த மண்புழு வகைகளை அடிப்படையாகக் கொண்டு, மண்புழுக்கள் குறித்த நமது புரிதல் அமைந்துள்ளது. உலகின், 3000 மண்புழு சிற்றினங்களில் 10 சதவிகிதம் லும்பிரி சைடு ஆகும். இதில் 15 வகை லும்பிரிசைடு சிற்றினங்கள் ஐரோப்பிய மனிதர்களால் பரப்பப்பட்டு தற்போது உலகின் மிதவெப்ப மண்டலங்கள் முழுவதிலும் நன்கு பரவித் தம்மை நிலைநாட்டிக் கொண்டுள்ளன. ஆனால், வெப்ப மண்டலப் பகுதிகளில் இவற்றைக் காண்பது அரிது. ஒரு சில உயர் வனப்பகுதிகளில் மட்டுமே இவை காணப்படுகின்றன. அல்மிடே, கைனோட்டிடே, குளோஸோஸ்கோலிசிடே, மெகாஸ்கோலிசிடே, யுட்ரிலிடே மற்றும் ஓக்னிரோட்லிடே போன்ற குடும்பங்களின் பிரதிநிதிகள் வெப்ப மண்டலங்களில் வாழும் முதன்மையான சிற்றினங்கள்.

- வீஇகே.ஈ., (1983)

மண்புழு வளர்ப்பினைத் தொடங்குவது எப்படி?

மண்புழு வளர்ப்புக்கும், கம்போட் (உரக்குழிகள்) தயாரிக்கவும் மேற்கொள்ள வேண்டிய முதல்கட்ட நடவடிக்கை, மண்புழுக்களுக்கு தொடர்ச்சியான உணவுப் பொருள் வழங்குவதற்கான ஏற்பாடுகளை செய்வதுதான். நைட்ரஜன் சத்து அதிகமுள்ள மாட்டுச்சாணம், ஆடு, பன்றி இவற்றின் சாணம் போன்றவற்றை இந்த நோக்கத்திற்குப் பயன்படுத்தலாம். இக்கழிவுகளைப் புதிதாகவோ அல்லது பழையதான பிறகோ பயன்படுத்தலாம்.

கோழி எச்சம் புதிதாய் உள்ளபோது அதில் நச்சுப்பொருட்கள் உள்ளதால் அதனைப் பயன்படுத்தும் பொழுது கவனமாகச் செயல்பட வேண்டும். கார்பன் : நைட்ரஜனைச் சரியான விகிதத்தில் பெறுவதற்காக பதப்படுத்தப்பட்ட வேளாண் கழிவுகள்,

சமையற் கழிவுகள் போன்றவற்றையும் பயன்படுத்தலாம். இவ்விகிதம் 40:1 என்ற அளவைத் தாண்டும் பொருட்களைப் பயன்படுத்தும்போது மக்குவதற்கு நைட்ரஜன் இணைப் பொருட்களை பயன்படுத்தலாம். கார்பன் பொருட்கள் மட்டும் அல்லது கார்பன் அதிகமுள்ளவற்றை (காகிதம் ஊறிய அட்டை போன்றவை) பயன்படுத்தினால், அது புழுக்களைக் கொழுக்க செய்ய மட்டுமே உதவும். அனைத்து உள்ளீடுகளும், 5-10 செ.மீ உயரம் கொண்ட அளவான படுகையாகத்தான் இருக்க வேண்டும். அதிக அளவு சேர்க்கப்பட்டால் அது வெப்பத்தை அதிகரித்துவிடும். மண்புழுக்கள் வெப்பத்தை விரும்புவதில்லை. இதனால் உரக்குழிகளில் வெப்பம் உயரும்போது, அவை அங்கிருந்து வெளியேறிவிடக்கூடும். அல்லது இறந்துவிடக்கூடும். உரம் தயாரிப்பதற்கு உள்ளூரில் கிடைக்கும் பொருட்களைப் பயன்படுத்துவதே சிறந்த முறையாகும். காய்கறிகளைப் பயிரிடுபவரோ அல்லது விற்பவரோ மீதமுள்ள அழுகிய காய்களைப் பயன்படுத்தலாம். பால் பண்ணையாளர் மாட்டுச் சாணத்தையும், விவசாயி விவசாயக் கழிவுகளையும், வீட்டிலிருப்பவர் சமையற் கழிவுகளையும் பயன்படுத்தலாம்.

வரைபடம் 7: மண்புழு உரக்குழிகள் பலவகைப்பட்ட உயிரினங்களை ஈர்க்கும்.

மாட்டுச்சாணம் அல்லது இதர நைட்ரஜன் இணைபொருட்கள் இல்லாத பட்சத்தில் உரக்குழியைச் சுற்றி முருங்கை, வேலமரம் போன்ற மரங்களை நடலாம். இவற்றிலிருந்து உதிரும் இலைகளிலிருந்து உரக்குழிக்குத் தேவையான நைட்ரஜன் கிடைக்கும்.

திறந்த வயல்களில் அமைக்கப்படும் மண்புழு உரக்குழிகள் அவற்றிலுள்ள கரிம வளங்களினால், பல்வேறு பயன் தரும் நுண்ணுயிரிகளையும் (பரோட்டோசாலா, பாக்டீரியா ஆக்டினோமை சீடுகள், பூஞ்சைகள்) நுண்-கணுக்காலிகளையும் கவர்கின்றன. அதோடு மட்டுமல்லாமல் எறும்புகள், மரவட்டைகள், பூரான்கள், நத்தைகள், தவளைகள், பறவைகள், பாம்புகள், எலிகள், சுண்டெலிகள், துன்னெலிகள் போன்ற பல்வேறுபட்ட உயிரினங்களும் இங்கு வருகின்றன. இவை அனைத்துமே ஒவ்வொரு உரக்குழியிலும் காணப்படும் என்றும் கூற முடியாது.

உரக்குழிக்கு ஈர்க்கப்படும் உயிரினங்கள் அனைத்தும் கேடு விளைவிப்பவையல்ல. உண்மையில் மரவட்டைகள், மண்புழுக்களின் மக்கவைக்கும் செயலுக்கு உதவுகின்றன. ஆனால் கட்டெறும்புகளும், பூரான்களும் மண்புழுவின புழுக்கூடுகளையும் இளம் புழுக்களையும் தின்றுவிடக்கூடும். துன்னெலிகளும் மண்புழுக்களை உண்டு களிப்பவை என்று சொல்லப்படுகிறது. நல்லவேளையாக, இவை வெப்ப மண்டலங்கள், மிதவெப்ப மண்டலங்களில் காணப்படுவதில்லை.

வீடுகளிலும், தோட்டங்களிலும் உரக்குழிகளை, சிமெண்டுத் தொட்டிகளிலோ, சிமெண்ட் வளையங்களையோ கொண்டு அமைக்கலாம். இவற்றின் மூடியையும், அடிப்புறத்தையும் இரும்பு வலைகள் கொண்டு அமைத்தால் பறவைகள், எலிகள், துன்னெலிகள் போன்றவை நெருங்காமலிருக்கும்.

வீடுகளில் அமைக்கப்படும் உரக்குழிகள் சிற்றெறும்புகளை ஈர்க்கலாம். இவை மண்புழுவின் புழுக்கூடுகளை உண்பவை. இவற்றைத் தடுப்பதற்கு ஒரு வழி உண்டு. 20 லிட்டர் தண்ணீரில் 100 கிராம் மிளகாய்தூய், மஞ்சள்பொடி, உப்பு, சிறிது சோம்புத்தூள் ஆகியவற்றைக் கலந்து, எறும்புகள் காணப்படும்போது உரக்குழியைச் சுற்றி வெளியே இதைத் தெளித்தால் சிற்றெறும்புகள் வருவதைத் தடுக்கலாம். வேப்பெண்ணையைக்கூட (0.5%) இதற்காகப் பயன்படுத்தலாம். இதனால் மண்புழுக்களுக்கு பாதிப்பு ஏற்படுவதில்லை.

வரைபடம் 8: வீட்டில் அமைக்கப்படும் உரத் தயாரிப்புப் பெட்டி தூணின் மீதோ அல்லது செங்கற்களின் மீதோ வைக்கப்படலாம்.

வீடுகளில் சிறுபெட்டிகளில் அமைக்கும்பொழுது அவற்றை சிறுதூண்களின் மீது (25-30 செ.மீ) வைப்பதன் மூலம் எலிகளைத் தவிர்க்க முடியும்.

மண்புழு எருவாக்குதலின்போது கழிவுகள் இயற்கை எருவாக மாற்றப்படுகின்றன. அதே நேரத்தில் திடக்கழிவுகளையும் நாம் அகற்றி விடுகிறோம். இன்றைய காலகட்டத்தில், திடக்கழிவுகள் சுற்றுச்சூழலை மாசுபடுத்தும் முக்கிய உற்பத்தி மூலங்களில் ஒன்றாகக் கருதப்படுகின்றன. மண்புழு எருவாகும்பொழுது, திடக்கழிவுகளின் பராமரிப்புக்கு உதவுகின்றது. இதனால் மக்கும் தன்மைக்கு திடக்கழிவுகள் வளங்களாகக் கருதப்படுகின்றன.

ஆகவே, "குப்பையை வீணாக்க வேண்டாம். குப்பை மவுசு நிறைந்தது" என்ற கூற்றை நினைவில் கொள்வோம்.

மண்புழு படுகைகளைத் தயாரித்தல்

படுகைகளில், மேல்மட்ட புழுக்களை வளர்க்க மண் தேவையில்லை. விவசாயம் சூழல்களில் மேல்மட்டப் புழுக்களையும் இடைமட்டப் புழுக்களையும் கலந்து வளர்க்கும்பொழுது 15 செ.மீ உயரத்திற்குக் குறையாத சேறு போன்ற மண்ணைக் கொண்ட அடித்தளம் இருப்பது நல்லது. குழிகள், சிமெண்டுத் தொட்டிகள், கிணற்று வளைகள், மரப்பலகை அல்லது செங்கற்களை வரப்பாக கொண்ட படுகைகள், மரம் அல்லது பிளாஸ்டிக் பெட்டிகள்,

உலர்வரிகள் (நீளமாக, அடுக்கி வைக்கப்பட்டுள்ள கரிமக் கழிவுகள்) ஆகியவற்றில் தேவையைப் பொறுத்து உரக்குழிகள் இருக்கலாம்.

உரக்குழிப்படுகை அமைக்கப்படும் இடத்தை கவனமாகத் தேர்ந்தெடுப்பது அவசியம். மழைக் காலத்தின்போது படுகையில் நீர் தேங்குவதைத் தடுக்க சற்று உயரமான நிலத்தில், நிழலான பகுதியைத் தேர்ந்தெடுப்பது நல்லது. மழை அதிகமுள்ள இடங்களில், குழிகளைத் தவிர்ப்பது நல்லது. ஆனால் தமிழ்நாடு, ஆந்திரா போன்ற மாநிலங்களில் வருடத்தில் ஒரு சில தினங்கள் மட்டுமே கனத்த மழை பெய்வதால் உள்ளூர் வகை மண்புழுக்களைப் பயன்படுத்தும்போது, குழிகளில் நீர் தேங்குவதால் பெரிய அளவில் பாதிப்பு ஏற்படாது.

மேல்மட்ட புழுக்களையும், இடைமட்ட புழுக்களையும் ஒன்றாகப் பயன்படுத்தி மண்புழு உரம் தயாரிக்கும் தொழில்நுட்பம் மண்புழு தொழில்நுட்பம் என்றழைக்கப்படுகிறது. (வரைபடம் 9 அ-ஐ). உடைந்த செங்கற்கள் அல்லது கூழாங்கற்களைக் கொண்ட அடித்தளத்தை அமைத்து அதன் மீது 6-7.5 செ.மீ உயரத்திற்கு பெருமணலை இட வேண்டும். இதுபோன்று செய்வது சரியான வடிகாலுக்கு உதவும். இதன் மீது 15 செ.மீ உயரத்திற்குக் குறையாமல் உள்ளபடி மண்ணை ஈரமாக்கி நிரப்ப வேண்டும். இந்த மண்ணில் உள்ளூரிலேயே சேகரிக்கப்பட்ட மேல்மட்ட மற்றும் இடைமட்டப் புழுக்களை இட வேண்டும். (உள்ளூர் வகைகளைச் சேகரிப்பது குறித்து அத்தியாயம் 5ல் காணவும்) இதன் மீது சிறு உருண்டைகளாக மாட்டுச் சாணத்தை தூவ வேண்டும். (புதியது அல்லது காய்ந்தது) இதை 10 செ.மீ. உயரத்திற்கு வைக்கோல் கொண்டு மூட வேண்டும். தண்ணீர் குழியிலிருந்து வெளியே வராத அளவிற்குப் பரவலாகத் தண்ணீரை தெளிக்க வேண்டும். முடிவில் குழியைத் தென்னங்கீற்று அல்லது பனை ஓலைகளைக் கொண்டு மூடிவிட வேண்டும். இது பறவைகள் புழுப்படுகைக்கு இடையூறு விளைவிப்பதைத் தடுக்கும். ஓலைகள் கிடைக்காத பட்சத்தில் பழைய சணல் சாக்குகளைப் பயன்படுத்தலாம். ஆனால் பிளாஸ்டிக் உறைகளை மூடுவதற்குப் பயன்படுத்தக்கூடாது. இது வெப்பமும் வாயுவும் வெளியேறுவதைத் தடுத்துவிடும். முப்பது நாட்களுக்கு தண்ணீர் தெளிப்பதும், படுகையைக் கவனித்துக் கொள்வதும் தொடர வேண்டும். அதன் பிறகு ஓலையை நகர்த்தி பார்க்கும்போது இளம்புழுக்கள் கண்ணுக்குப் புலப்படலாம். இது ஒரு நல்ல அறிகுறி.

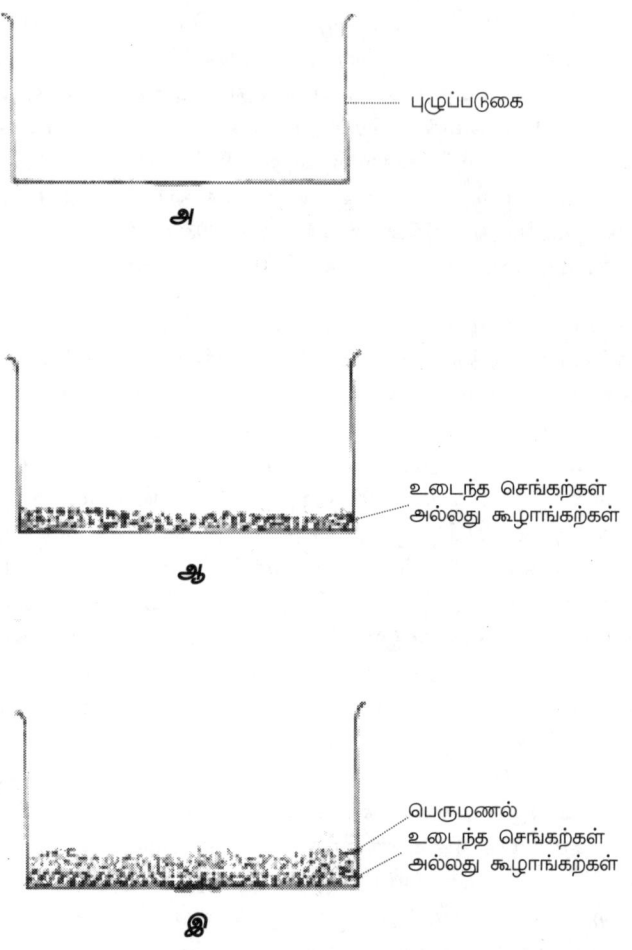

வரைபடம் 9: (அ, ஆ, இ) மண்புழு உரக்குழிகளை அமைத்தல்

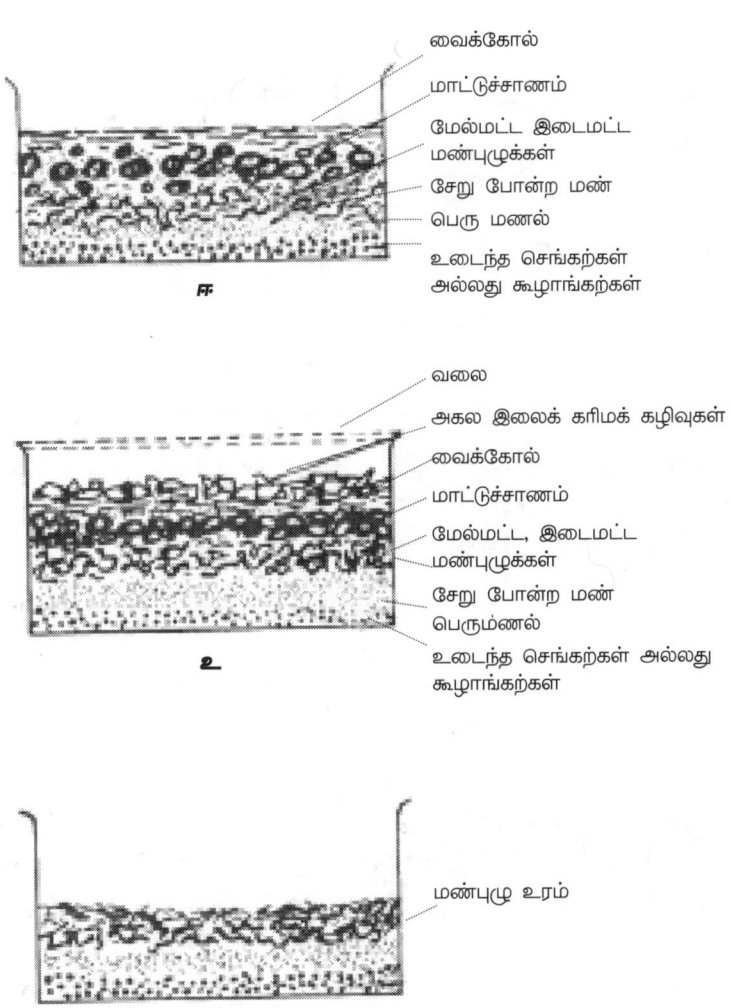

வரைபடம் 9: (ஈ, உ, ஊ) மண்புழு உரக்குழிகளை அமைத்தல்

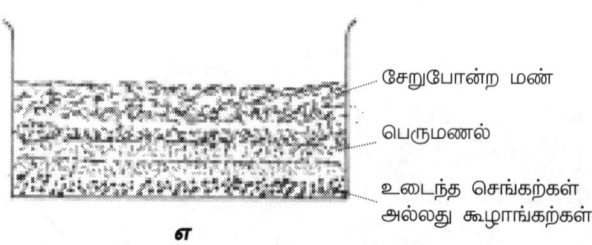

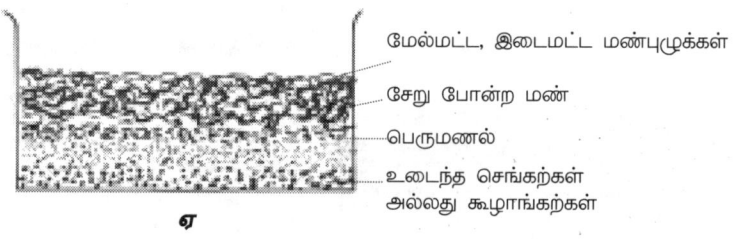

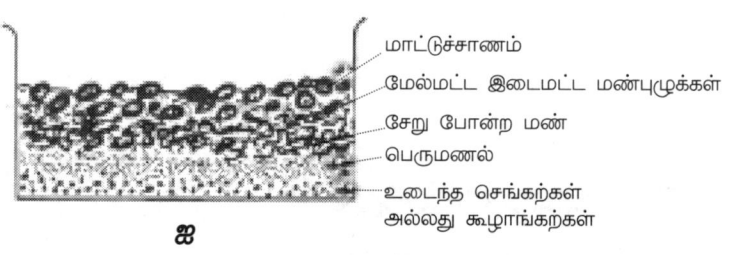

வரைபடம் 9: (எ, ஏ, ஐ) மண்புழு உரக்குழிகளை அமைத்தல்

மண்புழுக்கள் உயிர் வாழ்வதற்கு ஈரப்பதம் தேவையென்பதால் தண்ணீர் பராமரிப்பு, மண்புழு வளர்ப்பில் மிக முக்கியமான அம்சமாகிறது. தண்ணீர் குறைவாக இருந்தால் புழுக்கள் செத்துவிடும். அதிக அளவு தண்ணீர், புழுக்களை விரட்டிவிடும். எவ்வளவு தண்ணீர் தெளிப்பது என்பதைப் புழுக்களைக் கையாள துவங்கியதுமே கற்றுக்கொண்டு விடலாம்.

ஒரு மாதம் கழிந்த பின்னர் உள்ளூரில் கிடைக்கப்பெறும் கரிமக் கழிவுகளைப் படுகையில் சேர்க்க வேண்டும். வெளியூரிலிருந்து கழிவுகளைக் கொண்டு வந்தால் செலவினங்கள் அதிகமாகும் என்பதால், இறுதியில் மண்புழு எரு தயாரிப்புக்கு அதிகம் செலவாகிவிடும். ஓலைகளை அகற்றிய பின்பு, இந்தக் கரிமக் கழிவுகள் படுகையின் மீது பரப்ப வேண்டும். இவற்றை 5 செ.மீ உயரத்திற்கு மேல் பரப்பக்கூடாது. இதுபோன்று தினமும் பரப்பலாம் என்றாலும் புதிதாய் துவங்குபவர்கள் இதை வாரம் இருமுறை செய்து தேவைக்கேற்ப தண்ணீர் தெளிக்க வேண்டும். பறவைகளிடமிருந்து இதனைப் பாதுகாக்க ஓலைகளினால் மூடிவிடலாம். கரிமக் கழிவுகளை ஒரு சில முறைகள் பரப்பிய பிறகு, மண்புழு படுகைக்கு பாதிப்பு ஏற்படாதபடி அதற்கு மேலுள்ள கழிவினை மட்டும் திருப்பிப் போட வேண்டும். குழி முழுவதும் கழிவு நிரம்பிய பிறகு தொடர்ந்து தினமும் தண்ணீர் தெளித்து வர வேண்டும். அவ்வப்போது கழிவினை திருப்பிப் போட வேண்டும். கழிவினைச் சேர்ந்த நாற்பத்தைந்து நாட்கள் கழித்து, கழிவு எருவாக மாறுகிறது.

இறுதியில் உரமானது மென்மையான, உறிஞ்சும் தன்மையும் நறுமணமும் உடைய கரிய பழுப்பு நிறமான கம்போஸ்டாக மாறியிருப்பதைக் காணலாம். நாற்பத்தி இரண்டாம் நாள் தண்ணீர் விடுவதை நிறுத்த வேண்டும். இது, புழுக்களைக் கீழ்மட்டத்திற்குக் கொண்டு போவதால், புழுக்களுக்கும் பெரிய பாதிப்பேதும் இல்லாமல் எருவை வெளியேற்றலாம். வெளியேற்றப்பட்ட எருவை தரையில் கூம்பு வடிவில், நல்ல சூரிய வெளிச்சமுள்ள இடத்தில் வைத்தால், இதிலுள்ள மண்புழுக்கள் கீழே சென்றுவிடும். 24-36 மணி நேரம் கழித்து மண்புழு எருவை தரையில் பரப்பி அதிலுள்ள புழுக்களை எடுத்து உரக்குழிக்குள் போடலாம். தேவையானால் 2-2.5 மி.மீ. துளைகளைக் கொண்ட சல்லடையைக் கொண்ட கம்போஸ்ட்டை சலித்து பிறகு அதை பாலித்தீன் பைகளில் (ஈரத்தைத் தக்க வைத்துக்கொள்ள) நிரப்பி வைத்துக் கொள்ளலாம். பொருளாதார காரணங்களுக்காக, இரண்டு-கள அமைப்பினை

உருவாக்கலாம். ஒவ்வொரு களமும் 2ex1ex1e அளவினைக் கொண்டிருக்கலாம். இதுபோன்றதொரு அமைப்பிற்கான கால அட்டவணை, அட்டவணை 5ல் கொடுக்கப்பட்டுள்ளது.

அட்டவணை 5: மண்புழு-தொழில்நுட்பத்தின் மூலம் (இருகன அமைப்பு) மண்புழு உரத்தின் சரியான அறுவடைக்கான கால அட்டவணை

நாள்	களம் 1	களம் 2
முதல் வருடம்	மண்புழுப்படுகை கழிவுகளை உள்ளீடுதல் உள்ளீடுதல் நிறுத்தம் 1) அறுவடை + நலப்படுத்தல் மறு உள்ளீடுதல் துவக்கம் 2) அறுவடை + நலப்படுத்தல் நிறுத்தம் 3) அறுவடை + நலப்படுத்தல் மறு உள்ளீடுதல் துவக்கம் நிறுத்தம் 5) அறுவடை + நலப்படுத்தல் மறு உள்ளீடுதல் துவக்கம் 6) அறுவடை + நலப்படுத்தல்	--- --- --- மண்புழுப்படுகை கழிவுகளை உள்ளீடுதல் --- --- மறு உள்ளீடுதல் துவக்கம் மறு உள்ளீடுதல் துவக்கம் நிறுத்தம் --- நிறுத்தம் அறுவடை + நலப்படுத்தல்
இரண்டாம் வருடம்	நிறுத்தல் 7) அறுவடை + நலப்படுத்தல் உள்ளீடுதல் துவக்கம் --- நிறுத்தம் 9) அறுவடை + நலப்படுத்தல் நிறுத்தம் 11) அறுவடை + நலப்படுத்தல் உள்ளீடுதல் துவக்கம் --- நிறுத்தம் 13) அறுவடை + நலப்படுத்தல் உள்ளீடுதல் துவக்கம் நிறுத்தம்	உள்ளீடுதல் துவக்கம் --- நிறுத்தம் 8) அறுவடை + நலப்படுத்தல் உள்ளீடுதல் துவக்கம் -- உள்ளீடுதல் துவக்கம் --- நிறுத்தம் 12) அறுவடை + நலப்படுத்தல் உள்ளீடுகளின் துவக்கம்

இதுபோலவே தொடரலாம்... அறுவடைகளின் எண்ணிக்கை அடைப்புகளில் குறிப்பிடப்பட்டுள்ளது

அதிக அளவு வேளாண் கழிவுகளையும், குப்பைகளையும் கையாளுபவர்கள் (செறிக்கப்பட்ட) மண்புழு உயிர்நிறையை பயன்படுத்துவது நல்லது. இந்த உயிர்நிறையை சாணத்துடன்

கலந்து தண்ணீர் தெளிக்க வேண்டும். பின்னர் குவியலாக்கப்பட்டு சாக்கு அல்லது பிளாஸ்டிக் பையால் மூட வேண்டும். 7 அல்லது 10 நாட்களுக்குப் பிறகு கலக்கித் திரும்பவும் மூடிவிட வேண்டும். இது வெப்பத்தை அதிகரித்து மக்கும் நாட்களின் எண்ணிக்கையைக் குறைக்கும்.

உள்ளூர் வகை மண்புழுக்களைக் கொண்டு உற்பத்தி செய்யப்பட்டு புதிதாய் எடுக்கப்பட்ட, சலிக்கப்படாத, கம்போஸ்ட் உரத்தை (இதில் புழுக்கூடுகளும் இளம்புழுக்களும் இருப்பது உறுதி) நேரடியாகப் பயன்படுத்தும்போது அம்மண்ணில் மண்புழுக்கள் வளர்கின்றன. இதனால் அம்மண்ணில் மண்புழுவின் எண்ணிக்கை அதிகரிப்பதோடு மண் சூழமைப்புக்களையும் மேல்படுத்துகிறது.

சிமெண்ட் தொட்டிகளிலும், வளையங்களிலும், தண்ணீர் வடிகால் வசதியுடன் மேலே சொல்லப்பட்ட வழிமுறையைப் பின்பற்றலாம். உலர்வரி வழிமுறை, குப்பைமேடு வழிமுறை ஆகியவை மேல்மட்டப் புழுக்களைப் பயன்படுத்தும்போது மட்டுமே கையாளப்படுகின்றன.

மண்புழு செறிவூட்டப்பட்ட நீர் தயாரிப்புக் களத்தை நிறுவுதல்

மண்புழு செறிவூட்டப்பட்ட நீரைத் தயாரிப்பதற்கான களன்களைப் பீப்பாய்களிலோ அல்லது பெரிய வாளிகளிலோ அல்லது பெரிய மண்பானையிலும் கூட நிறுவலாம். பிளாஸ்டிக் அல்லது இரும்பு பீப்பாய்கள் நெடுநாள் வரை நீடித்திருப்பதால், இதற்கு அவை பொருத்தமானவை. இதுபோன்ற களத்தை நிறுவுவது பற்றிக் கீழே விவரிக்கப்பட்டுள்ளது.

ஒரு புறம் திறந்துள்ள பீப்பாயை பயன்படுத்தப்படலாம். மறுபுறத்தில் T வடிவ இணைப்பினைக் கொண்ட குழலை இணைக்க சுமார் 1 அங்குல விட்டம் கொண்ட துளையினை இட வேண்டும். T வடிவக் குழலை இணைக்கும்போது பீப்பாயினுள் சுமார் அரை அல்லது ஒரு அங்குலம் வெளியே துருத்திக் கொண்டிருக்குமாறு பொருத்த வேண்டும். இதன் கிடைமட்டப் பகுதியை ஒருபுறம் அடைத்து மறுபுறம் குழாய் ஒன்றைப் பொறுத்த வேண்டும். குழலை சுத்தமாக்குவதற்கு அடைக்கப்பட்ட முனையை அவ்வப்போது நிறுத்தலாம்.

குழாய் வழியே மண்புழு செறிவூட்டப்பட்ட நீரைப் பிடித்துக் கொள்வதற்கும் T வடிவ சூழலுக்கு பாதிப்பு ஏதும் நேராத

வகையிலும் களத்தினை செங்கற்களின் மீதோ வேறு மேடையின் மீதோ அமர்த்தலாம். (வரைபடம் 10அ). குழாய் திறந்த நிலையில் இருக்குமாறு செய்தபின், பீப்பாயினுள் 25-30 செ.மீ உயரத்திற்கு உடைந்த செங்கற்களையோ அல்லது கூழாங்கற்களையோ இட வேண்டும். இதனூடே நீரை செலுத்த வேண்டும். இதைத் தொடர்ந்து இதன் மீது 20-30 செ.மீ. உயரத்திற்கு பெருமணல் பரப்பி மீண்டும் தண்ணீர் விட வேண்டும். இது அடிப்படை வடிகட்டு களமாகிறது. இதன் மீது 30-45 செ.மீ. உயரத்திற்கு நல்ல (வளமான) மண்ணைப் பரப்பி, சுமார் 50 புழுக்களை இதில் விட்டு, பின்பு இதில் ஈரம் குறையாமல் பார்த்துக்கொள்ள வேண்டும். இதன் மீது மாட்டுச் சாண உருண்டைகளையும் வைக்கோலையும் வைக்க வேண்டும். இதைப் பொறுமையாக ஈரமாக்கிய பின்பு, மிகுதியான தண்ணீர் வெளியேறியவுடன் குழாயை மூடிவிட வேண்டும். (வரைபடம் 10ஆ). தினமும் களத்தை ஈரமாக்கி குழாயை 20-25 நிமிடங்கள் திறந்து வைக்க வேண்டும். இந்நிலையில் மேல்மட்ட புழுக்கள் மக்கு உரத்தை உற்பத்தி செய்யும் அதே வேளையில், இடைமட்டப் புழுக்கள் பற்பல துவார மண்டலங்களை ஏற்படுத்தும்.

களம் முழுவதும் தயாரானதும் (தோராயமாக 16ம் நாளில்) குழாயை மூடி, 5 லிட்டர் நிரம்பக்கூடிய பானை ஒன்றை அடியில் துளைகளிட்டு, நீர் நிரப்பி, களத்தின் மீது மெதுவாக தண்ணீர் சொட்டும் வகையில் அமர்த்த வேண்டும். இந்தத் தண்ணீர் மெதுவாக, கம்போஸ்ட்டின் வழியாகவும், துவார மண்டலங்களின் வழியாகவும் கீழிறங்கி நாங்கூழ் மண்ணிலிருந்து பெறப்பட்ட ஊட்டச்சத்துக்களையும் துவார மண்டலங்களின் செறிவூட்டங்களையும் கொண்டு செல்கிறது. மறுநாள் குழாயை திறந்து மண்புழு செறிவூட்டப்பட்ட நீரைச் சேகரிக்கலாம். மீண்டும் குழாயை மூடி, பானையில் தண்ணீர் நிரப்பி மறுநாளுக்கான செயல்முறையைத் துவக்கலாம்.

மண்புழு செறிவூட்டப்பட்ட நீரை செடிகளின் மீது தெளித்து திரவ உரமாகப் பயன்படுத்தலாம். தேவையெனில் இதைத் தண்ணீருடன் கலந்து தெளிக்கலாம் அல்லது 10 சதவிகிதம் மாட்டு சிறுநீர் சேர்த்து பூச்சிக்கொல்லியாகவும் பயன்படுத்தலாம். மண்புழு செறிவூட்டப்பட்ட நீரின் பயன்களை குறித்து, சென்னை புதுக்கல்லூரியிலுள்ள மண் உயிரியல் மற்றும் உயிர் தொழில்நுட்ப ஆய்வு மையத்தில் பலவகை ஆய்வுகள் மேற்கொள்ளப்பட்டு வருகின்றன.

மேற்பரப்பில் காணப்படும் நாங்கூழ் மண் அவ்வப்போது அகற்றப்பட்டு, மாட்டு சாணத்தையும், வைக்கோலையும் புதிதாய் சேர்க்கலாம்.

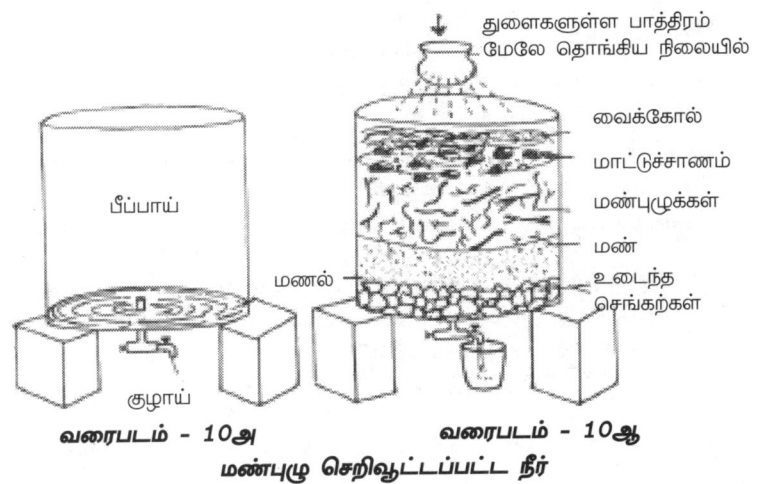

வரைபடம் - 10அ   வரைபடம் - 10ஆ
மண்புழு செறிவூட்டப்பட்ட நீர்

மண்புழு செறிவூட்டப்பட்ட நீரை சேகரித்து அவ்வாறே பயன்படுத்தலாம். அல்லது அதை வெயிலில் வைத்து, தண்ணீரை வற்றவிட்டு பின்பு சேமிக்கலாம். மீண்டும் பயன்படுத்துவதற்கு முன்பு இதனுடன் தேவைக்கேற்ப தண்ணீரைச் சேர்த்துக் கொள்ளலாம்.

சமீப காலமாகத் தான் மண்புழுக்கள் மண் வளத்தினைப் பெருக்குவதில் ஆற்றும் பங்கினைக் குறித்து பெரிதும் அறியப்பட்டு வருகிறது. இன்னும் மண் பராமரிப்பும் மண்புழுக்களும் குறித்து அறிந்துகொள்ள நிறைய இருக்கிறது.

ஒரு தொழில் முயற்சி

மண்புழு தொழில்நுட்பத்தின் பொருளாதாரம் (ரூபாய்களில்) அமைப்பினை உருவாக்கிப் பராமரித்தல்

உற்பத்திக் கொள்ளளவு

களம் ஒன்றுக்கு 2 களங்கள்	4 சதுர மீ
வருடாந்திர உற்பத்தி இலக்கு	1500கி X 2-3000 கி
செயல்முறைக் காலம்	120 நாட்கள்

வருடம் ஒன்றுக்கு அறுவடையின் எண்ணிக்கை ....3/களம்X2=6 (தோராயமாக)

சாத்தியக்கூறு அறிக்கை
முதலீட்டுத் தொகை கணிப்பு
மண்புழு தொழில்நுட்பக் களங்கள்
செங்கல், கலவை, நிழலுக்கான தகடுகள்......................13,500
மண்புழுப் படுக்கை...500
கருவிகள்...500
இதர செலவுகள்...500
மொத்தம் **15,000**

(அ) தேவையான செலவுகள்
தேய்மானம் @ (10%) *1,500*
வட்டி @ (15%) *1,800*
மொத்தம் **3,300**

மொத்தம் நிலையான செலவுகள் தோராயமாக.......... ரூ. 3,500

(ஆ) மாறக்கூடிய செலவுகள்
உள்ளீடுகளுக்கான செலவு..1,200
வேலையாட்களின் ஊதியம்
(2 மணி நேரம்/நாள் @ ரூ. 9/மணி)...............................825
அறுவடை பொதி கட்டுதல்
(அறுவடை ஒன்றுக்கு @ ரூ. 100/-).................................600
மொத்தம் **2,625**
ஏறக்குறைய மொத்த மாறக்கூடிய செலவுகள்
தோராயமாக ரூ. 3000 மட்டும்

செலவு - பயன் பகுப்பாய்வு
1. களத்தின் மொத்தப் பரப்பளவு (குறைந்தபட்சம்)... 4 சதுர மீ
2. கணிக்கப்பட்ட உற்பத்தி................................3000 கிலோ
3. விற்பனை வருவாய் ரூ.5/கிலோ 15,000
4. மொத்த நிலையான செலவுகள் 3,500
5. மொத்த மாறக்கூடிய செலவுகள் 3,000
6. மொத்த செலவு (4+5) 650
7. லாபம் (3-6) 8,500
8. மொத்த முதலீட்டுச் செலவு 15,000

திரும்பப் பெறும் காலம் (8/7) = 1.76 வருடம்
(2 வருடம் என வைத்துக்கொள்ளலாம்)

1 கிலோவுக்கான உற்பத்திச் செலவு (6/2) = ரூ. 2.16
(ரூ. 2.25 என வைத்துக்கொள்ளலாம்)

(அடிக்குறிப்பு: முதல் வருடத்தில் குறைந்தது 6 அறுவடைகள் எடுக்கலாம். அதன பிறகு வருடத்திற்கு 7 அல்லது 8 அறுவடைகள் எடுக்கலாம். சரியாகப் பராமரிக்கும் பட்சத்தில் உற்பத்திச் செலவும் கணிசமாகக் குறையும்).

அடிக்குறிப்பு: மண்புழு செறிவூட்டப்பட்ட நீரைக் குறித்த கருத்தினை அறிமுகப்படுத்தியதற்காக இந்தியாவில் பான்வெல் என்னுமிடத்திலுள்ள யூசப் மெஹாலி மையத்தின் திரு. தீபக் சசதேவுக்கு ஆசிரியரின் நன்றி).

விற்பனை

இரசாயன உரங்களின் தீமைகளையும் கரிம வேளாண்மையின் நன்மைகளையும் குறித்த விழிப்புணர்வு மக்களிடத்தில் பெருகி வரும் இவ்வேளையில், மண்புழு உரம் விற்பனை வாய்ப்புகள் நிறைந்த வளர்ச்சி முகத்தைக் கொண்டுள்ள ஒரு தொழிலாக விளங்குகிறது. மண்புழு உரத்தின் விலை ஒரு டன்னுக்கு ரூ. 2,000 லிருந்து ரூ. 5,000 வேறுபடுகிறது.

நகர்ப்புறங்களில் சில்லறை விற்பனையில் 1 கிலோ மண்புழு ரூ.15/- வரை விற்கப்படுகின்றன என்பதும் நம்பிக்கையூட்டும் செய்தி.

மண்புழு உரத்தை வர்த்தக ரீதியாக நிலைத்திருக்கக்கூடிய தொழிலாக உருவாக்கிய முன்னோடி நிறுவனங்களில் ஒன்றாகப் பூனாவிலுள்ள பெரி நிறுவனத்தைக் குறிப்பிடலாம். இன்று சென்னையிலும், பெங்களூரிலும் இளைஞர்கள், மண்புழு உரத்தைத் தயாரித்து விற்பனை செய்வதில் ஈடுபட்டுள்ளனர். வீட்டிலிருக்கும் தோட்டங்களுக்கும், பூச்செடிகளுக்கும் வீட்டில் தயாரிக்கப்பட்ட மண்புழு உரமே போதுமானது. இது செடிகள் செழித்து வளர உதவுவதோடு உரம் வாங்கும் செலவுகளையும் மிச்சப்படுத்தும்.

ஆனால், துரதிர்ஷ்டவசமாக மண்புழுக்களின் விற்பனை இந்தியாவில் நம்பிக்கையூட்டும் விதமாக இல்லை. தூண்டிலிட்டு மீன் பிடிப்பது ஒரு பொழுதுபோக்காக மேற்கத்திய நாடுகளில் உள்ளது போன்று இங்கில்லை என்பது இதற்குக் காரணமாக

இருக்கலாம். இருந்தும் இந்தியாவிலும் கூட முக்கியமாக பூனாவிலும் பெங்களூரிலும் இஃபோட்டிடா, இ.யுஜினியா போன்ற வகைகள் விற்பனை செய்யப்படுகின்றன. எல்.ருபெல்லஸ் என்ற வகைக்கும் இந்தியாவில் வரவேற்புள்ளது. ஒரு நபரின் விருப்பத்தை பொருத்து மண்புழுக்கள் அதிக விலைக்கும் விற்கப்படலாம். வெளிநாட்டு வகைகளின் விற்பனையை ஊக்குவிக்காத விதமாக, சென்னை மண் உயிரியல் மற்றும் உயிர் தொழில்நுட்ப ஆய்வு மையத்தில் உள்ளூர் வகைகளே பரவலாகப் பயன்படுத்துகின்றன.

ஏழை எளியவர்க்கும் பொருளாதாரத்தில் பின்தங்கியவர்க்கும் ஒரு பக்க வருவாயினைத் தரவல்ல மண்புழு வளர்ப்பு மற்றும் மண்புழு உரத் தயாரிப்பு பயன் தரும் ஒரு குடிசைத் தொழிலாகலாம் என்பதை நாம் உணர வேண்டும். ஒவ்வொரு கிராமத்திலும் உள்ள வேலையில்லா இளைஞர்கள் கூட்டுறவு விற்பனைக் கூடத்தை நிறுவுவதன் மூலம் மண்புழு உரத்தைத் தயாரித்து, அதை நிர்ணயிக்கப்பட்ட விலையில் அக்கிராமத்திற்கே விற்க முடியும்.

இதன் மூலம் பணம் ஈட்டுவது மட்டுமின்றி இளைஞர்கள் அருமையான இயற்கை உரங்களைத் தந்து தொடர்ச்சியான வேளாண் தொழில்களுக்கு வழி வகுக்கும் சிறந்த செயலையும் புரிபவர்களாக மாற முடியும். குப்பையும் கழிவும் மறுசுழற்சி செய்யப்படுவதால், சுற்றுபுறத் தூய்மையைப் பாதுகாக்க முடியும்.

மண்புழு உரத்தின் தரத்தை நிர்ணயிக்கும் வரைமுறைகள் இன்னும் நிறுவப்படவில்லை என்பது உரத்தின் வர்த்தகத்தில் ஒரு பிரச்சினையாக உள்ளது. மண்புழு உரமும் பலராலும் வர வேற்கப்பட்டு ஏற்றுக்கொள்ளப்படும். இவ்வேளையில் நாட்டின் அனைத்து மண்டலங்களிலுமுள்ள (கிழக்கு, மேற்கு, வடக்கு, தெற்கு, வடகிழக்கு) பல தனியார் ஆய்வு மையங்களில் தெளிவான விதிமுறைகளை வகுத்து, இதுபோன்ற அங்கக (கரிம) உரங்களுக்கு சான்றிதழ் வழங்கிடச் செய்யலாம். இது போன்றதொரு அமைப்பு இல்லையெனில் மண்புழு உரம் என்ற பெயரில் மண்ணும், காய்ந்த மாட்டுச்சாணமும கலந்த கலவைகள் சந்தைகளில் வந்து குவிவதைத் தடுக்க முடியாது.

அட்டவணை 4: லா.மாரிட்டீ வகையில் தண்ணீர், கார்போஹைட்ரேட், புரதம், கொழுப்பு மற்றும் சாம்பல் சத்துகளின் அளவுகள்

நிலை	உடலில் உள்ள நீரின் அளவு	கார்போ ஹைட் ரேட்	புரதம்	கொழுப்புப் பொருட்கள்	சாம்பல் சத்து
இளம்புழு	69.30 +8.30	0.90 +0.26	45.50 +6.20	15.60 +0.80	6.13 +0.12
புணர்வளைத் தடிப்பற்றவை	81.80 +2.80	0.79 +0.8	50.46 +5.70	8.66 +1.80	5.00 +2.90
புணர்வளைத் தடிப்புள்ளவை	76.26 +2.80	0.99 +0.27	48.13 +6.60	0.50 +2.50	5.42 +0.32

பெ.எக்ஸ்கவேட்டஸ் வகையில், உடலில் தண்ணீர் அளவு 73 விழுக்காடாக உள்ளது. புணர்வளைத் தடிப்புள்ள புழுக்களில் கார்போஹைட்ரேட்டுகள் அதிகமாக உள்ளன (6.6 %). புணர்வளைத் தடிப்பற்ற புழுக்களில் புரதங்கள் அதிகமாக உள்ளன (30.72 %). இளம் புழுக்களில் கொழுப்புச் சத்து அதிமாகவுள்ளது (0.85 %).

7. வயல்களில் நடத்தப்பட்ட ஆய்வுகள்

வெப்ப மண்டலங்களில் நடைபெறும் ஊட்டச் சத்துச் சுழற்சிகள் பல்வேறு முக்கிய வழிகளில், மிதவெப்ப மண்டலங்களில் நடைபெறுவதிலிருந்து வேறுபடுகின்றன. குளிர்பிரதேசங்களில் எப்போதுமே மண்ணிலும், கசடாகவும் இருந்து வருகிறது. ஆனால் இதுவே வெப்ப மண்டலங்களில் அதிகமான விழுக்காடு, உயிர் நிறையில் கரிம அமைப்பினுள்ளே சுழல்கிறது. இதனால், மிதவெப்ப நாடுகளில் நிலவும், குறைவான ஆயுட்காலமுள்ள வருடாந்திரத் தாவரங்களின் ஓரினப்பயிர் முறை, வெப்ப மண்டலங்களுக்கு ஏற்றதாக இராது. தற்போது அதிக உணவு மற்றும் இருப்பிடத்திற்காகக் காடுகளை அழித்து அதனுள் பிரவேசிக்கும் மனிதன், தனது தவறுகளைத் திருத்திக்கொண்டு, பிற்கால அழிவுகளைத் தவிர்க்க, வெப்ப மண்டல விவசாயம் குறித்தும் சுற்றுச்சூழல் மேலாண்மை குறித்தும் ஒரு சூழலியல் மறுமதிப்பீட்டினை மேற்கொள்வது சற்றும் காலதாமதமின்றி செய்யப்பட வேண்டிய ஒன்றாகும்.

- ஓடம், இ.பி., (1871)

மண்புழுக்கள்: தாவரங்களின் வளர்ச்சியில் இவற்றின் தாக்கம்

மண்புழுக்கள் இலைக் குப்பையை உரமாக மாற்றுகின்றன என்பதற்குத் தகுந்த ஆதாரங்கள் உள்ளன. மண்புழுக்கள் இல்லாத இடங்களில் மண்ணின் மேற்பரப்பில் குப்பையால் மூடப்பட்ட போர்வை காணப்படுகிறது. மேலும் மண்புழுக்கள் வாழும் மண்ணின் மேற்பரப்பில் காணப்படும் புல்வெளிகளில், ஹெக்டர் ஒன்றுக்கு ஒரு வருடத்திற்கு 133 டன் காய்ந்த நாங்கூழ் மண்ணும், மரங்களுள்ள பகுதிகளில் ஹெக்டர் ஒன்றுக்கு, ஒரு வருடத்திற்கு 98 டன் எருவும் காணப்படுகிறது. ஈரப்பதம் அதிகமுள்ள காலங்களில் அதிகமான உற்பத்தி நடைபெறுகிறது. புறஊதாக் கதிர்களைக் கொண்டு வானத்திலிருந்து இரவில் எடுக்கப்பட்ட படங்கள், மண்புழுக்கள் அதிகமுள்ள பகுதிகள், சுற்றியுள்ள பகுதிகளைக்

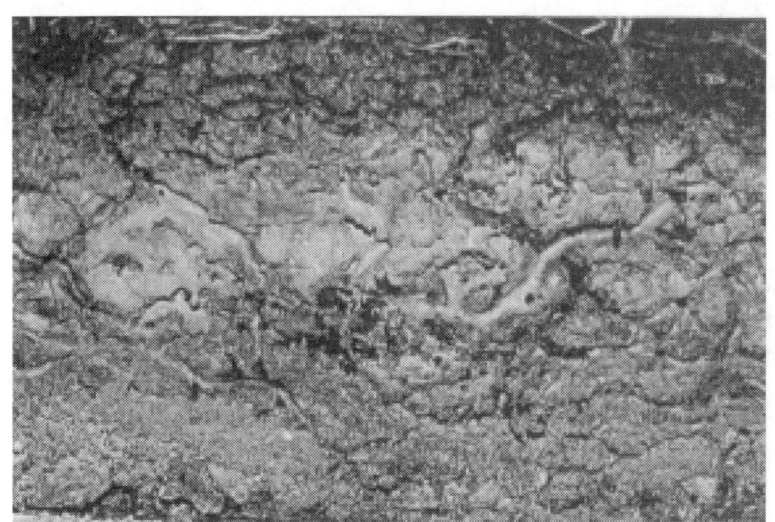

படம் 9: சோடிய மண்ணில் 'மண்புழுக்களின் நடவடிக்கை'யின் மூலம் விளைந்துள்ள மண் அமைப்பு
(லக்னோவிலுள்ள UPLDCக்காக நடைபெற்ற ஆய்வு)

படம் 10: அறுவடைக்குத் தயாராக உள்ள கம்போஸ்ட் உரம்

படம் 11: மண்புழுவுரத்தைப் பயன்படுத்தி வளர்க்கப்படும் நெற்பயிர்

படம் 12: மண்புழுவுரத்தைப் பயன்படுத்தி வளர்க்கப்படும் கரும்பு

காட்டிலும் இரவில் அதிகமான வெப்பத்துடனும் பகலில் குறைவான வெப்பத்துடனும் காணப்படுவதைக் காட்டுகிறது. தாவர வளர்ச்சிக்குப் பொருத்தமான அளவிலும், தாவர ஊட்டச் சத்துக்களை வெளியேற்றும்படியும், மக்குதல் நடக்கும்படி மண்ணைப் பராமரிப்பது, மண் வளத்திற்கு வழிவகுக்கும். மேலும் மண் வளத்தினை மண்ணிலிருந்தே வரும் கனிமப் பொருள் வளமென்றும், மக்குதலின் மூலம் பெறப்படும் கரிவளமென்றும் வேறுபாடு செய்யலாம். இவ்விரண்டும் நிகழ்வுகளும் மண்ணில் ஒரே நேரத்தில் நடைபெறுகின்றன. கரிம வளத்தினை அதிகரிக்கச் செய்பவை மண்வாழ் உயிரினங்கள். இவற்றில் மிகமுக்கியமானவை மண்புழுக்கள்.

பக்க வேர்களைக் கொண்ட தாவரங்களும், இளஞ்செடிகளும் வளர்வதற்கு ஏற்ற சீரான நிலத்தை மண்புழுக்கள் தயாரிக்கின்றன என்று டார்வின் *(1881)* கூறியுள்ளார். மண்புழுக்கள் தாவரங்களின் வளர்ச்சிக்கும் உதவுகின்றன. புல், கோதுமை ஆகியவற்றின் விளைச்சல், மண்புழுக்கள் உள்ள மண்ணில் பல மடங்கு அதிகரித்துள்ளது. சோளம் (அட்டவணை 6) மற்றும் சில அலங்காரச் செடிகளின் வளர்ச்சியும் இதனால் அதிகரித்துள்ளது.

அட்டவணை 6: சோளச் செடிகளின் உயிர் வாழ்தல் மற்றும் வளர்ச்சியில் மண்புழுப் பயன்பாட்டின் விளைவுகள்

வகை	தொட்டி ஒன்றுக்கு மண்புழு உயிர் நிறை சேர்த்தல் (கிராம்)	அறுவடை வரை பிழைத்துள்ள தாவரங்கள்	அறுவடையின்போது சராரி மண் புழு	அறுவடையின் போது சராசரி உயிர்நிறை (கிராம்)	வேர்: மண்ணின் மேலுள்ள உயிர் நிறையின் விகிதம
கட்டுப்பாடு	0	1	0.00	1.19	0.88
எச்,ஆப்ரிகேனஸ்	2	2	0.00	1.05	0.30
பி.கோரேத்ரூரல	2	3	0.00	1.74	0.30
எம்.அனோமலா	1	2	1.20	3.02	0.17
எம்.அனோமலா	2	3	1.00	1.30	0.25
எம்.அனோமலா	5	2	0.27	2.79	0.44

நாங்கூழ் மண்ணிலும் மண்புழுக்கள் சுரக்கும் நீர்மத்திலும் காணப்படும் ஊட்டச்சத்துக்களின் நன்மை ஒருபுறமிருக்க, மண்புழுக்களினால், தாவர வளர்ச்சிக்கு ஏற்படும் நன்மைகளுக்கு வேறு சில காரணங்களும் இருக்கலாம். தாவர வளர்ச்சியைத் தூண்டும் சில ஊக்கிகள், மண்புழுக்களால் தயாரிக்கப்படுகின்றன. மேலும் பி பிரிவைச் சேர்ந்த வைட்டமின்கள் சிலவற்றையும், அமினோ அமிலங்களையும் மண்புழுக்கள் மண்ணில் வெளியேற்றுகின்றன.

மண்ணில் மண்புழுக்களை அறிமுகப்படுத்திய பிறகு ஒவ்வொரு ஆண்டும் மண்ணிலுள்ள வைட்டமின் பி-யின் அளவு இரு மடங்காக உயருகிறது என்பதை தெரிந்ததே. நாங்கூழ் மண்ணில் காணப்படும் நைட்ரஜன் - பாஸ்பரஸ் - பொட்டாசியத்தின் (என்.பி.கே.) அளவுகள், இரசாயன உரங்களைக் காட்டிலும் குறைவாகவே ஊக்குவிக்கின்றன. சைட்டோகிளின்ஸ் (Cytokinins), ஆக்ஸின் (Auxins) போன்ற தாவர வளர்ச்சி ஊக்கிகள் (அட்டவணை 7) நாங்கூழ் மண்ணில் இருப்பதால் இது நடைபெறுகிறது. ஆனால் நாளடைவில் இந்த ஊட்டச்சத்து குறைந்து விடுகிறது. மேற்கூறிய ஊக்கிகளின் நிலையற்ற ஒளிமாற்றத் தன்மையினால் இது நிகழ்கிறது (அட்டவணை 8).

அட்டவணை 7: வெப்பமண்டல மண்புழுக்கள் இரு வகைகளில் தாவர வளர்ச்சி ஊக்கிகளின் உற்பத்தி வீதம்

வகை	உற்பத்தி திறன் (நாள் ஒன்றுக்கு புழு ஒன்றுக்கு) (நானோகிராம்களில்)	
	சைட்டோகிவின்ஸ்	ஆக்ஸின்ஸ்
புழுவற்ற கட்டுப்பாடு மண்	எதுவுமில்லை	எதுவுமில்லை
லாம்பிட்டோ மாரிட்டீ	4.3+0.16(5)	54+6(5)
பெரியோனிக்ஸ்		
எக்ஸ்கவேட்டஸ்	78.1+0.520(6)	316+21(6)

அ. அடைக்குறிப்புகள் உள்ள எண்கள், சோதனைகளின் எண்ணிக்கை

ஆ. பென்சிலாடினைன் (Benzyladenine) சமம்

இ. இன்டால் அசெட்டிக் அமிலம் சமம்

அட்டவணை 8: அறையில் தட்பவெப்பத்தில் (26+80 C)

தொடர்ந்த ஈரப்பதம் மற்றும் இருள் சூழலில் லா.மாரிட்டீயின் நாங்கூழ் மண்ணிலுள்ள தாவர வளர்ச்சி ஊக்கிகளின் செயல் திறனின் வீழ்ச்சி

வாரங்கள் (நாங்கூழ் மண் வெளியேற்றப்பட்ட பிறகு)	துவக்க நிலையுடன் ஒப்பிடப்பட்ட செயல்திறன் இழப்பு (%)	
	சைட்டோகிளின்ஸ்	ஆக்ஸின்ஸ்
0	0	0
1	2	1.5
2	4	4
3	9	7
4	15	18
5	26	21
6	35	34
7	47	41
10	69	58

வேளாண்மையில மண சூழலமைப்பினைத் திறமையாகப் பயன்படுத்திக்கொளள் மண்புழு உரம் - தழைகள் - தாவர வேர் (ம.த.தா.வே) ஆகியவற்றினிடையே நிகழும் இடைவிளைவுகளைப் பராமரிப்பது அவசியமாகிறது.

செல்பானியா ரோஸ்ட்ரேட்டா போன்ற தழை உரங்களை, கரிம வேளாண்மையில் பயன்படுத்துவது இன்று முக்கியத்துவம் பெற்றுள்ளது. இத்தகைய தாவரங்களின் வேர்களுக்கும் நைட்ரஜன் கூட்டும் நுண்ணுயிர்களிடையே நிகழும் செயல் விளைவுகள் மண்புழு உரம் - தழைகள் - தாவர வேர் (ம.த.தா.வே) தொடர்புகளினால் அதிகரிக்கலாம். தாவரங்களுக்கு ஊட்டச்சத்துக்களாக சென்றடையும் வீதத்தை நம்பியே தழை உரங்கள் செயல்படுகின்றன. இதனால் மேற்கூறப்பட்ட இடைவிளைவுகள் அதிகரிப்பது நன்மையைத் தருகிறது.

ம.த.தா.வே.யின் தொடர்புகளுக்கும் வயல்களில் இடப்படும் தழையுரங்களின் வயதிற்கும் அடிப்படைத் தொடர்பிருக்கிறது. மண்புழுக்கள் குறைந்த அளவு விக்னின், டானின் அளவுகளை

விரும்புகின்றன. ஆகையால் பசுமை - உரமிடுதலின்போது ஊட்டச் சத்துக்கள் துரிதமாக வெளியேற்றப்பட்டு ஏற்றுக் கொள்ளப்படுவதற்கு இளஞ்செடிகளைப் பயன்படுத்துவது நலம்.

வெசிகுலாம அர்பஸ்குலார்மைக்கோரைசா என்ற பூஞ்சையின் பயன்பாடு, கோதுமை மற்றும் இதர பயிர்களுக்கு பயனாக உள்ளது. மண்புழுக்கள் உள்ளபோது இப்பூஞ்சையின் எண்ணிக்கை அதிகரிக்கிறது. மண்புழுக்கள் இப்பூஞ்சைகளுக்குத் தஞ்சம் அளிப்பதே இதற்குக் காரணம். இப்பூஞ்சைகள் பாஸ்பேட்டினை ஈர்த்துக்கொள்ள உதவுகின்றன. மண்புழுக்கள் இப்பூஞ்சைகளைப் பேணுகின்றன.

இரசாயன உரத்தைப் பயன்படுத்துவதை போன்றே மண்புழு உரத்தையும் பயன்படுத்துமாறு பரிந்துரைக்கப்படுகிறது. அதாவது நைட்ரஜன் - பாஸ்பேட் - பொட்டாசியம் (என்.பி,கே.) மற்றும் மக்குவுரத்தின் அளவுகளைக் கருத்தில் வைத்து செய்யப்படும் மண் பகுப்பாய்வின் அம்சங்களையும் கருத்தில் கொள்ள வேண்டும். (எ.கா. உரமிடுதல் கால கட்டம்) மண்புழு எருவில் உள்ள ஊட்டச் சத்துக்கள் செடிகள் உடனே உறிஞ்சிக் கொள்ளும் நிலையில் உள்ளது. மண்புழு உரம் மற்றும் தழையுரத்தின பயன்பாட்டிற்குப் பிறகு உண்டாகும் மண்புழுத் தொகைப் பெருக்கத்தால், ஊட்டச்சத்து தாவரங்களை எளிதில் சென்றடைகிறது. இது சூழலமைப்பில் முன்பிருந்த முரண்பாடுகளை நீக்கி ஒருங்கிணைப்பைத் தருகிறது. மண்புழுக்களினால் உருவாக்கப்பட்ட துவார மண்டலங்கள் ஊட்டச்சத்துக்கள் எளிதில் தாவரங்களை சென்றடைய வழி செய்கின்றன. இதனால், நல்ல மகசூலை ஈட்டித்தரும் வல்லமை மண்புழு உரத்திற்கு உண்டு என்பதில் ஐயமேதுமில்லை. இருந்தும், பயன்படுத்துபவரின் பராமரிப்பு முறைகளும் இதற்கு முக்கியமாகும்.

நெல் சாகுபடியில், தூறுகள் விடும்போதும், கதிர்கள் வரும்போதும், பூக்கும்போதும், நெல் நிரம்பும்போதும் மண்புழு உரத்தின் படிப்படியான உபயோகம் அவசியமாகிறது. மண்புழு உரமும் மண்புழு தழைகள் தாவர வேர், இவற்றின் தொடர்புகளின் போது விளையும் ஊட்டச்சத்து இழப்பு இரசாயன உரங்களுடன் ஒப்பிடும்போது மிகவும் குறைவாகவே உள்ளது. மண்புழு உரத்தை அடி உரமாக இடுவதோடு, அதை மேற்பரப்பிலும் தூவ வேண்டும். இப்படிச் செய்யும்பொழுது ஈரப்பதம் தக்கவைக்கப்படுவதோடு கம்போஸ்ட் உரம் காற்றில் அடித்துச் செல்லப்படுவதும் தடுக்கப் படுகிறது.

மண்புழு உரத்தினை சிறு உருண்டைகளாக்கி (pellets) பயன்படுத்தலாம். இது போன்ற உருண்டை வடிவிலான உரங்கள் விற்பனைக்கு வந்து கொண்டிருக்கின்றன. எளிதான பயன்பாடு, குறைவான உர இழப்பு மற்றும் ஊட்டச்சத்து படிப்படியாக மண்ணில் கசிவதற்காக வேண்டி இதுபோன்ற உருண்டைகள் பயன்படுத்தப்படுகின்றன. மீன் வளர்ப்பில், இறால் வளர்ப்பில் செய்யப்படுவது போலவே வேளாண்மைக்கும் செய்யப்படுகிறது. நெல் வயல்களில் தண்ணீர் தேங்கி நிற்பதால், தண்ணீர் குறைந்த அளவு உள்ளபோது மண்புழு எருவை இடுவது நல்லது. ஊட்டச்சத்து வேர்களைச் சென்றடைவதற்கு மண்புழுத் துவாரங்கள் உதவுகின்றன. அஸோலாவைக் கரிம உள்ளீடாக இடும்போது, மண்புழு எருவின் பயன்பாடு மக்குதல் மற்றும் ஊட்டச்சத்து வெளியேற்றத்தைத் துரிதப்படுத்துகிறது. நீலப்பச்சைப் பாசியை மண்புழு எருவுடன் பயன்படுத்துவதன் நன்மைகள் இன்னும் சரியாக அறியப்படவில்லை.

கரும்பு, நெல் மற்றும் இதர பயிர்களுக்கு அஸோஸ்பைரிலம், தோட்டவுரத்துடன் பயன்படுத்தக்கூடிய பாஸ்பேட்டு போன்றவற்றிற்கு ஊடுபொருளாக மண்புழு பயன்படுத்தலாம். இவை வேர்களுடனான தொடர்பை அதிகரிக்கும். கரும்பு சாகுபடியில் மண்புழு உரத்தைப் பயன்படுத்த பரிந்துரைக்கப்படுகிறது. பாண்டிச்சேரியிலுள்ள உயிரியல் - கிராமத் திட்டத்தில் எம்.எஸ். சுவாமிநாதன் ஆய்வு நிறுவனத்துடன் கூட்டாக நடைபெற்ற ஆய்வில், மண்புழு உரத்தை பயன்படுத்திய பிறகு கரும்பின் சர்க்கரை அளவு அதிகரிக்கிறது என்று அறியப்பட்டுள்ளது. (படம் 12)

பழத்தோட்டங்களிலும், பூந்தோட்டங்களிலும் தேங்காய் நார் பரவலாகப் பயன்படுத்தப்படுகிறது. வறண்ட நிலங்களிலும், நீரைத் தக்க வைத்துக்கொள்ளும் தன்மை தேங்காய் நாருக்கு உண்டு. தற்போது இதற்கு மாற்றாக இரசாயன உரங்களைப் பயன்படுத்துகிறார்கள். மறுபடியும் இயற்கை விவசாயத்திற்கு விவசாயி மாறுவது, தேங்காய் நாரைத் தழைக்கூளமாக (இளம் நாற்றுகளுக்குப் பாதுகாப்பாகத் தூவப்படும் வைக்கோல் போன்றவை) பயன்படுத்தத் தூண்டியுள்ளது. சர்க்கரை ஆலைகளிலிருந்து வெளியேறும் சக்கை பயனுள்ள கரிமக் கழிவாகத் திகழ்கிறது. மண்புழு உரத்திலுள்ள அதிகளவிலான மண்புழுக்களினால் இவற்றில் உள்ள ஊட்டச்சத்தை வெளிப்படுத்துகின்றன.

காய்கறிகளைப் பயிரிடுவது

மண்புழு வாழும் பயிர் உற்பத்தியும் ஒன்றோடொன்று தொடர்பு கொண்டவை என்பது யாவரும் அறிந்ததே. விவசாய உற்பத்தியின் அளவு, தரம் மற்றும் ஆரோக்கியம் ஆகியவற்றை மண்வளம் அதிகரிக்கிறது. தக்காளி, கத்தரி, வெண்டை போன்ற காய் வகைகளில் மண்புழுக்கள் மற்றும் மண்புழு உரத்தைக் கொண்டு நடத்தப்பட்ட கள ஆய்வுகள் அனைத்தும் மிக முக்கியத்துவம் வாய்ந்த தகவல்களைத் தந்துள்ளன. (அட்டவணை 9)

மண் உயிரியல் மற்றும் உயிர் தொழில்நுட்ப ஆய்வு மையமும் ஆரோவில் பசுமை செயல்வள மையமும் கூட்டாக நடத்திய கள ஆய்வுகளில் பல்வேறு கரிம உரங்களைப் பயன்படுத்தியதில் மண்புழுக்கள் மண்ணில் காணப்படும்போது உற்பத்தியையும் வளத்தையும் பெருக்குகின்றன என்பது தெரிய வந்துள்ளது.

அட்டவணை 9: (அ) தோட்ட எரு (ஆ) மண்புழு எரு (இ) மண்புழு எருவையும் மண்புழுக்களையும் கலந்து பயன்படுத்திய பிறகு பயிர் சாகுபடியின்போது வளர்ச்சி குறித்த தகவல்கள்

சராசரி காய் உற்பத்தி (வெண்டை)				
பயன்படுத்தப்பட்ட உர வகை	எடை அறுவடை	எண்ணிக்கை கிராம்	அறுவடை யின் போது நிலம்	அறுவடையின் போது சுற்றளவு (செ.மீ)
அ. தோட்டவரம்	163.66	7.73	14.67	6.37
ஆ. மண்புழு உரம்	207.66	9.06	16.76	9.60
இ. மண்புழு உரம் + மண்புழுக்கள்	230.33	25.55	17.84	7.14

மண்புழுக்கள் தனியாகச் செயல்படுகின்றனவா?

மண்ணின் வளத்தைப் பெருக்கும் பல்வேறு மண் உயிரினங்களில் மண்புழுவும் ஒன்று. வளமான மண்ணில் மண்புழுக்கள் மற்றும் ஊர்வனவற்றுடன் பாக்டீரியாக்கள், பூஞ்சைகள், ஆக்டினோமைசீடுகள், புரோட்டோசோவாக்கள், புரோட்டுரான்கள், சிம்பைலிட்டுகள், போராபாடுகள், ஸ்பிரிங்-டெய்ல், சியூடோ ஸ்கார்பியன்கள், பூச்சிகள் அவற்றின் லார்வாக்கள், பூரான்கள், மரவட்டைகள், நத்தைகள், பாம்புகள், எலிகள் மற்றும் மண்புழுக்கள் போன்றவைகளும் உள்ளன. இந்த விலங்கின வகைகள், மண்ணிலுள்ள தாவரத்துடன் சேர்ந்து மண்ணின் வளத்தைப் பெருக்குகின்றன. மண்வாழ் இடைவகை, பெரிய

உயிரினங்களில் மண்புழுக்களுக்கு மட்டுமே மிகவும் மிருதுவான தோலுள்ளது. மற்றவற்றிற்கு தடிப்பான கியூட்டிக்கிள் அல்லது வேறுவகை வெளிப்புறக்கூடு அல்லது கடினமான சூழலில் வாழவதற்கான தற்காப்பு அமைப்புகள் உள்ளன. இதனால் மண்புழுக்கள் உள்ள மண்ணில் மற்ற பயன்தரும் உயிரினங்களும் உள்ளன என்று கூறலாம். ஒரு குறிப்பிட்ட மண்ணில் காணப்படும் மண்புழு வகை அம்மண்ணின் தரம் மற்றும் தன்மையைக் காட்டுவதாக இருக்கலாம். இதனால் மண்புழுக்களை மண்வளத்தின் அறிகுறிகள் என்றும் கூறலாம்.

மண்ணின் தரம்

மண்ணின் வளம் அதன் அமைப்பினைப் பொருத்து அமையும். நீரை தக்க வைத்துக்கொள்ளுதல் வாயுக்களின் ஊடுருவல், வேர்களின் பரவல், ஊட்டச்சத்து தங்குவதற்கான பரப்பு ஆகியவற்றை மண்ணின் அமைப்பு நிர்ணயிக்கிறது. ஊட்டச்சத்தினை தக்க வைத்துக்கொள்ளும் சக்தி மண்ணின் வளத்திற்கு ஓர் அறிகுறி.

உள்ளீடு: வேதியல் உரங்கள்

அறுவடையின்போது ஒருவாரம் கழித்து

உள்ளீடு:
மண்புழுவுரம்

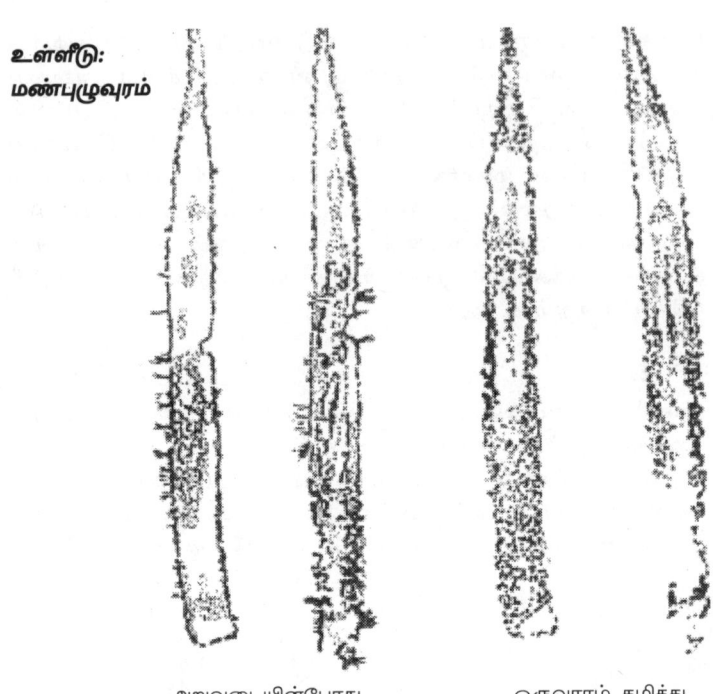

அறுவடையின்போது ஒருவாரம் கழித்து

வரைபடம் 11 ஆ: வெண்டை பயிரிடுவது

மண்ணிலுள்ள கரிமப்பொருள் மண்ணின் அவசியமான கூறாக விளங்குகின்றது. மண்ணின் உயிரினங்களுடன் சேர்ந்து மண் வளத்தைப் பெருக்க இது உதவுகிறது. மண் உயிரினங்களின் தொகை மண்ணில் காணப்படும் கார்பன் நைட்ரஜன் அளவுகளைப் பொறுத்து அமையும். மண்ணின் மீதுள்ள தழைக்கூளம் பல்வேறுப்பட்ட மண் உயிரினங்களின் தொகையையும் அடர்த்தியையும் ஊக்குவிக்கிறது. தாவரங்களின் செல்லுலோஸ் வடிவிலான கார்பனைத் தருகின்றன. காடுகளில் இலையுதிர் காலத்தின்போது உருவாகும் இயற்கையான தழைக்கூளம், மற்ற காலங்களிலும் மண்ணையும் அதில் வாழும் உயிரினங்களையும் பாதுகாக்கிறது. மண்ணைக் குளிர்ச்சியாக வைத்து, தண்ணீர் ஆவியாதல், மண் அரிப்பு போன்றவையும், இதுபோன்ற தழைப்போர்வை தவிர்க்கிறது. மண்புழுக்கள் அதிக அளவிலான இலைக்குப்பையை உட்கொண்டு வெளியேற்றுகின்றன.

உள்ளீடு:
மண்புழுக்களும்
மண்புழுவுரமும்

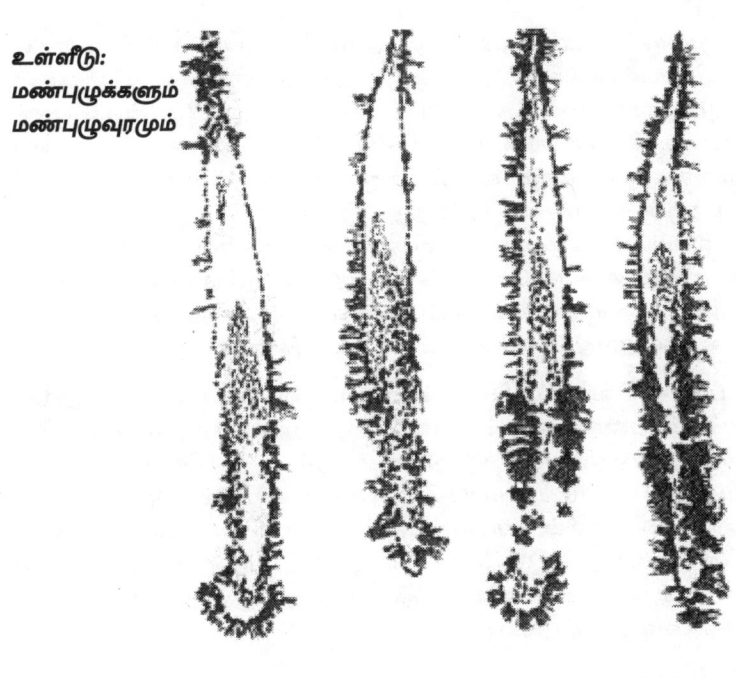

அறுவடையின்போது   ஒருவாரம் கழித்து

வரைபடம் 11 இ: வெண்டை பயிரிடுவது

மண்ணின் தன்மை சாதகமாக அமையும்போது மண்புழுக்களின் எண்ணிக்கை பெருகுகிறது. புதிதாய் விழுந்துள்ள இலைக் குப்பையின் கார்பன் நைட்ரஜன் அளவு 20:1 என உள்ளது. இலைக் குப்பை அழுகி மக்கும் வேளையில் இந்த விகிதம் படிப்படியாக குறைகிறது. இதில் மண்புழுக்களின் பங்கு பெரிது. நைட்ரஜன் அளவுகள் கணிசமாகக் குறைந்தவுடன் தாவரங்களினால் நேரடியாகக் கிரகித்துக் கொள்ளப்படலாம். மண்புழுக்கள் செலுத்தப்பட்ட சூழல் அமைப்புகளில் இலைக் குப்பை மக்குவது வேகமாக நடக்கிறது. இதனுடன் மண்புழு எண்ணிக்கையும் அதிகரிக்கிறது. சவானா போன்ற ஈரப்பதம் மிக்க மண்ணில் மண் உண்ணிகளான கரையான்களும் மண்புழுக்களும் அதிகளவில் காணப்படுகின்றன.

அறுவடையின்போது கிடைக்கும் உற்பத்தியின் ஒரு பகுதி திரும்பவும் எடுக்கப்பட்ட சூழலமைப்புக்கே சென்றுவிட வேண்டும். (கரிம உருவில்) எடுத்துக்காட்டாக நெல் சாகுபடியில்

பெருமளவிலான வைக்கோல் தழைக்கூளமாக பயன்படாமல் வெளிப்பயன்பாடுகளுக்குச் சென்று விடுகிறது. தற்போது பயிர்களுடன் ஊடுபயிராக வளர்க்கப்படும் உயிர்-தழைப் போன்றவைகள் நன்மையளிக்கும் வகையில் பயன்படுத்தப்படுகின்றன. அவரை வகைத் தாவரங்களை ஊடுப்பயிராக வளர்க்கும்போது மண்ணின் நைட்ரஜன் வளம் அதிகரிக்கிறது. இதுவரையில் அவைகள், ஒரு தொல்லையாக கருதப்பட்டு வருவதால் இவற்றை அழிக்கக் களை எடுப்பதும், களைக் கொல்லிகளைப் பயன்படுத்துவதும் வழக்கில் உள்ளன. களைகளைக் கட்டுப்படுத்துவதைவிட அவற்றை எப்படிப் பயன்படுத்துவது என்ற சிந்தனை வளர வேண்டும்.

பயிர்கள் வளர்ப்பையும் கால்நடை வளர்ப்பையும் ஒன்றாகச் செய்யும் பண்ணை நிர்மாணம் ஒரு நல்ல முறையாகும். இது போன்று பண்ணைகள் இந்தியா மற்றும் இதர வெப்ப மண்டல நாடுகளில் பாரம்பரியமாகவே நடைமுறையில் இருந்துள்ளன. இவ்வமைப்புகளில், கால்நடைகளின் எரு மண்ணின் வளத்தைப் பெருக்குகிறது. இதில் மண்புழுக்கள் மற்றும் இதர மண் உயிரினங்களின் வளர்ச்சியும் அதிகரிக்கிறது. இது திரும்பவும் மண் வளத்தினைக் கூட்டுகிறது.

மண் இயல்பு

தரமான மண் உருவாவதற்கு பல ஆண்டுகள் ஆகின்றன. தவறான மண் பராமரிப்பு நடவடிக்கைகளினால் மேல் மண் இழப்பு ஏற்பட்டுள்ளது. இவ்விழப்பைச் சரிசெய்ய பல ஆண்டுகள் ஆகலாம். மண் இழப்புக்கு முக்கிய காரணம் மண அரிப்பு. இந்த மண் அரிப்பினைத் தடுக்க பல வழிமுறைகள் கையாளப்பட்டாலும் இதனைத் தடுப்பதில் மண்புழுக்கள் முக்கிய பங்கு வகிக்கின்றன. காடுகளை அழித்தல், சரிவான நிலங்களில் விவசாயம் மேற்கொள்ளுதல் அல்லது மேய்ச்சலுக்கு பயன்படுத்துதல் போன்றவற்றினால் அதிகமான மண் அரிப்பு ஏற்படுகின்றது.

மண்ணின் மீது தாரவப் போர்வை ஏற்படுத்துதலும், பயிர் வேலிகள் அமைத்தலும் மண் அரிப்பினைப் பெருமளவு தடுக்கும். மண்புழுக்களைக் கொண்டு வளமற்ற மண்ணை மேம்படுத்தும் பல முயற்சிகள் நடந்துள்ளன. வெள்ளத்தினால் மூழ்கிவிடும் பகுதிகளை மறுபடியும் விவசாயத்திற்குரியதாக மாற்றுவதிலும் ஊற்றுநீரைக் கொண்டு புதிதாய் பயிர் செய்யும் இடங்களில் இந்த முயற்சிகள் நம்பிக்கையூட்டுவதாக உள்ளன. ஆனால் இதுபோன்ற முயற்சிகளில் பொருத்தமான மண்புழு வகையினைப் பயன் படுத்துவது முக்கியமான அம்சமாகும்.

உழுதல், மண்புழுக்களை வெகுவாகப் பாதிக்கும் என்பது ஐயமின்றி நிரூபிக்கப்பட்டுள்ளது. கரிய உள்ளீடுகளைப் பயன் படுத்துவதன் மூலம் மண்புழுக்கள் வயல்களில் பராமரிக்கலாம். மண்புழு செறிவூட்டப்பட்ட நீர் என்பது மண்புழுக்களின் நடவடிக்கையின் மூலம் பெறப்பட்ட நீர் இதை செடிகளுக்குத் தெளிப்பது பொருத்தமானது. மண்புழுக்களின் கழிவுகள், அதன் உடலிலிருந்து கசியும் சத்துமிக்க திரவம், மண்ணின் கரிம மூலங்களிலிருந்து பெறப்படும் நுண் ஊட்டச்சத்து ஆகியவை இதில் அடங்கியுள்ளன. முறையாக சேகரிக்கப்பட்ட மண்புழு செறிவூட்டப்பட்ட நீர் தெளிந்த, ஒளிபுகும் தன்மையுடைய மஞ்சள் நிறத்தில் காணப்படுகிறது. இதன் இயற்பியல் - இரசாயன பண்புகள் அட்டவைண 10ல் கொடுக்கப்பட்டுள்ளன.

அட்டவணை 10: மண்புழு செறிவூட்டப்பட்ட நீரின் இயற்பியல் - இரசாயன பண்புகள்

நிலையனவரு	கட்டுபாடு	மண்புழு செறிவூட்டப்பட்ட நீர்
கார&அமில நிலை **(pH)**	7.37	6.90
கரைந்த ஆக்ஸிஜன் **(ppm)**	1.37	1.14
காரத்தன்மை **(ppm)**	65.00	70.00
குளோரைடு **(ppm)**	245.00	110.00
சல்பேட்டுகள் **(ppm)**	201.00	177.00
கனிம பாஸ்பேட்டுகள் (மை.கிராம்/லிட்டர்)	21.8	50.9
அமோனியா கலந்த நைட்ரஜன் **(ppm)**	கண்டுபிடிக்க இயலும் அளவுக்குக் கீழ்	கண்டுபிடிக்க இயலும் அளவுக்குக் கீழ்
பொட்டாஸியம் **(ppm)**	67,00	69,00
சோடியம் **(ppm)**	124,00	375,00
மொத்த கடினத்தன்மை **(ppm)**	300,00	375,00
கால்சியம் கடினத்தன்மை	130,00	175,00
மக்னீஸியம் கடினத்தன்மை**(ppm)**	170,00	200,00
உயிரியல் ஆக்ஸிஜன் தேவை **(ppm)**	6,60	4,60

வேதியல் ஆக்ஸின் தேவை **(ppm)**	184.00	97.0

நீர்வாழ்வன உயிரினங்கள் வளர்ப்பில், மண்புழு செறிவூட்டப்பட்ட பயன்படுத்துவது பொருத்தமாக உள்ளது - ஆனால், இதைத் தனியாகவோ அல்லது வேறு தாவரவியல் பூச்சிக்கொல்லிகளுடனோ சேர்த்து உயிர்க்கொல்லியாகப் பயன்படுத்துவதன் நன்மைகள் குறித்தும் தெளிவான முடிவுகள் இன்னும் பெறப்படவில்லை (அட்டவணை 11).

அட்டவணை 11: மண்புழு செறிவூட்டப்பட்ட நீர் பயன்படுத்தப்பட்ட குளத்து நீரில் உற்பத்தி அளவுகள் (மி.லி 1 மணி1) மற்றும் ஒளிபுகா புட்டிகளை பயன்படுத்தி ஆய்வுக் கூடத்தில் நடத்தப்பட்ட ஆய்வுகள்

மொத்த முதல் நிலை உற்பத்தி	இனத்தின் சுவாசம்	நிகர முதல் நிலை உற்பத்தி
0.151	0.192	ஒன்றுமில்லை
0.454	0.227	0.226
0.227	0.114	0.112
0.445	0.190	0.455

பயிற்சிகளின் மீதான பாதக விளைவுகள்

மண்புழுக்களால் தாவரங்களுக்குச் சில பாதகமான விளைவுகளும் ஏற்பட்டுள்ளன. செடிகளிலிருந்து தொங்கும் இலைகளை இழுப்பதால் அவற்றை விழச்செய்வது, மெல்லிய நாற்றுகளை வேரோடு சாய்ப்பது போன்ற செயல்கள் குறிப்பிடப்பட்டுள்ளன. மண்புழுக்களின் நாங்கூழ் மண் அலங்காரப் புல்வெளிகளின் அழகைக் கொடுக்கக்கூடும். கோல்ஃப் ஆட்டக் காலங்களிலும், கால்பந்து விளையாட்டு மைதானங்களிலும் தேவையற்ற இடைஞ்லாக நாங்கூழ் மண் உள்ளது. மேலும் தாவரங்களையும், விலங்குகளையும் பாதிக்கும் ஒட்டுண்ணி நோய்கள் பரவுவதற்கு மண்புழுக்கள் காரணமாக இருக்கலாம் என்று கூறப்படுகிறது. வீட்டுக் கால்நடைகளின் வெக்கை நோய்க்கிருமிகளின் கடத்தியாகவும் மண்புழுக்கள் செயல்படுகின்றன. வேறு சில ஒட்டுண்ணிகளுக்கு மண்புழுக்கள் புகலிடம் தருகின்றன.

மண்புழுக்களின் மீது இரசாயனப் பொருட்களின் தாக்கம்

விவாசயத்தில் பயன்படுத்தப்படும் பூச்சிக்கொல்லிகளில் அதிகப்படியானவை மண்புழுக்களைப் பாதித்து, சூழலமைப்பின் இயக்கத்திற்கு ஒரு நிலையற்ற தன்மையை உருவாக்குகின்றன.

மண்புழுக்கள் மீதான பூச்சிக்கொல்லிகளின் தாக்கம் குறித்து பலர் ஆய்வு செய்துள்ளனர். பூச்சிக்கொல்லிகள் மண்புழுக்களின் மீது பாதக விளைவுகளை ஏற்படுத்துகின்றன என்று கண்டுபிடிக்கப் பட்டுள்ளது.

கரிம விவசாயம் குறித்து விழிப்புணர்வு வளர்ந்து வரும் இவ்வேளையில் வேதியல் உயிர்க்கொல்லிகளை மாற்றித் தாவரங்களில் இருந்து பெறப்படுபவையைப் பயன்படுத்துவது அவசியமாகிறது. எடுத்துக்காட்டாக, வேப்பம் பிண்ணாக்கைப் பூச்சிக்கொல்லியாகப் பயன்படுத்தும்போது, அது மண்புழுக்களைப் பாதிப்பதில்லை என்று அறியப்பட்டுள்ளது. மேலும் வேம்பின் இலைகளை மண்புழுகக்ள் விரும்பி உண்கின்றன என்பதும் தெரிய வந்துள்ளது.

கன உலோகங்களின் தாக்கம்

தாவரங்களின் வேர்கள் வழியாக மட்டுமல்லாமல் காற்றின் வழியாகவும் கன உலோகங்கள் தாவரங்களினூடே செல்கின்றன. மண்புழுக்கள் இலைகளை விரும்பி உண்பதால் மண்ணில் காணப்படும் கன உலோகங்களின் அளவுக்குத் தொடர்பற்ற முறையில் அவை மண்புழுக்களின் உடலில் சேர்ந்துவிடுகின்றன. மண்புழுக்கள் உயிரியல் - பெருக்கிகளாகச் (Biomagnifiers) செயல்புரிந்து உணவும் சங்கிலியின் வழியாக மேல்நிலை உயிரினங்களுக்கு இவ்வுலோகங்களை மாற்றி விடுகின்றன.

உணவுச் சங்கிலியில் மண்புழுக்கள்

மண்புழுக்கள் உருவிலுள்ள அபரிமிதமான உணவு வளத்தினைப் பலதரப்பட்ட உயிரினங்கள் பயன்படுத்திக் கொள்கின்றன. சிலவற்றிற்கு மண்புழுக்கள் மட்டுமே உணவாக உள்ளன. தவளைகள், ஊர்வன, பறவைகள், பாலூட்டிகள் ஆகியவற்றிற்கு மண்புழுக்கள் உணவாகின்றன. மீன்களுக்கு தூண்டில் புழுவாகின்றன. பூரான்கள் புழுக்கூடுகளையும், இளம் புழுக்களையும் உண்கின்றன. தற்போது மண்புழுக்கள் சூப் வகையிலும், மற்ற உணவு வகைகளிலும் மருந்துகளிலும் பயன்படுத்தப்படுகின்றன. இந்நிலையில் இவற்றின் உடலில் கன உலோகங்கள் தேங்கியுள்ளனவா என்று சோதித்துப் பார்ப்பது அவசியமாகிறது.

மண்புழுக்களின் ஒட்டுண்ணிகள்

புரோட்டோசோவாக்கள், தட்டைப் புழுக்கள், உருளைப் புழுக்கள் மற்றும் சில லார்வாக்கள் மண்புழுக்களின் ஒட்டுண்ணிகளாக இருக்கின்றன.

நியூசிலாந்து நாட்டைச் சேர்ந்த ஆர்ட்டியோபோஸ்த்தியா என்ற வகையைச் சேர்ந்த மண்புழுக்களை உண்டு வரும் தட்டைப்புழு அயர்லாந்து மற்றும் ஸ்காட்லாந்து நாடுகளில் வேகமாக பரவி வருகிறது. இந்த தட்டைப்புழு மண்புழுவின் உடலை சுற்றிக்கொண்டு மிகவும் சக்திவாய்ந்த செரிமாணச்சாறுகளை அதன் மீது செலுத்துகிறது. பிறகு மண்புழுவினை, தனது அடிப்புறத்திலுள்ள போன்ற வாயைக் கொண்டு உண்கிறது. மண்புழுக்களை அதுவே அழித்துவிடும் ஆற்றல் படைத்த இவ்வொட்டுண்ணிகள் நியூசிலாந்திலிருந்து ஸ்காட்லாந்திற்கு இறக்குமதி செய்யப்பட்ட தொட்டிச் செடிகளின் மூலம் இந்தத் தட்டைப் புழு இந்நாட்டில் பரவியிருக்கலாம் என்று கருதப்படுகிறது. ஆகவே இதிலிருந்து நாம் கற்றுக்கொள்ள வேண்டிய முக்கிய பாடம் உயிரினங்கள் (பறவையினமோ விலங்கினமோ) இடம் விட்டு இடம் மாறும்பொழுது அவை நேரடியாகவோ அல்லது மறைமுகமாவோ உள்ளூர் உயிரியல் வேறுபாட்டுத் தன்மையை மீளமுடியாத அளவுக்கு பாதித்துவிடக்கூடும் என்பது இதிலிருந்து தெரிய வருகிறது.

8. மண்புழுக்கள்: இயற்கை வேளாண்மையில் அவற்றின் பயன்கள்

மிதவெப்பநிலை மண்டலப் பகுதிகளில் நடைமுறையிலுள்ள விவசாய தொழில்நுட்பத்தை வெப்ப மண்டலப் பகுதிகளில் பயன்படுத்த முடியாது. தற்போது வெப்ப மண்டல விவசாயம் நம்ப முடியாத அளவுக்கு திறனற்றதாயிருக்கிறது. சுற்றுச்சூழல் கொள்கைகளின் அடிப்படையில் அமைந்த புதிய அணுகுமுறைகள் உடனடியாகத் தேவைப்படுகின்றன.

- ஓடம். இ.பி., (1971)

வேளாண்மை என்பது பயிர் விளைச்சலை மட்டும் குறிப்பிடவில்லை. மாறாக பயிர் உற்பத்திக்கு மூலாதாரமாக பற்பல விஷயங்களையும் குறிப்பிடுகிறது. கடந்த காலங்களில் இந்த அம்சங்கள் முற்றிலுமாகப் புறக்கணிக்கப்பட்டன. மண் சீரழிய, மண்ணின் அரிப்பு மற்றும் வேதி உரங்களின் நீடித்த பயன்பாட்டினால் மண் தரம் மோசமான பாதிப்புக்கு உள்ளாவது போன்ற அம்சங்கள் முற்றிலுமாக உதாசீனப்படுத்தப்பட்டன. அமெரிக்கா, கடந்த 200 ஆண்டுகளில் மட்டும் அதன் மேல் மண்ணின் மூன்றில் ஒரு பங்கை இழந்துவிட்டது. மற்ற நாடுகளிலும் மண் அரிப்பு அச்சுறுத்தும் வகையிலும், அழிவிற்கு வழி வகுப்பதாகவும் உள்ளது. மண்ணிற்கும் மனித நலத்திற்கும் பூச்சிக்கொல்லிகள் விளைவிக்கும் பாதிப்புக்கள் பொருட்படுத்தப்படுவதில்லை. உலகின் வெப்ப மண்டல நாடுகளில் உள்ள கிட்டத்தட்ட 2.5 கோடி விவசாயிகள் இரசாயனப் பூச்சிக்கொல்லிகளினால் ஒவ்வொரு வருடமும் நச்சுப்பாதிப்புக்கு ஆளாகின்றனர். நவீன விவசாயம் என்று கூறப்படும் இரசாயன விவசாயம், விவசாயத்தின் அடிப்படைக் கோட்பாடுகளைத் தகர்த்தி விவசாய-வர்த்தகம் என்ற பெயரில் மோசமானதொரு கலாசாரத்திற்கு வழிவகுத்துள்ளது. இது பயிர்களின் வளர்ச்சி முறைகளை மாற்றி உணவின் தரத்தைக்

குறைத்து மண்ணின் உயிரினங்களை அழித்து, பூச்சிக்கொல்லிகளை எதிர்க்கும் வல்லமை படைத்த பூச்சிகளையும் உருவாக்கியுள்ளது. நவீன வேளாண்மைக்கு எதிர்மாறாகப் பராம்பரிய வேளாண்மை, விவசாயிக்கு மண்ணுடன் ஒரு சிறந்த தொடர்பை உருவாக்குகிறது. கடந்த காலங்களில் பிராணிகளும் விவசாயத்தின் ஒரு பங்காக இருந்தன. அதனால் அவற்றின் திட, திரவக் கழிவுகளைப் பயன்படுத்துவதன் நன்மைகளை விவசாயிகள் உணர்ந்திருந்தனர். அவற்றை விவசாய மேம்பாட்டிற்குப் பயன்படுத்தினர். மேலும் பாரம்பரிய விவசாயிகளால் பயிர் செய்யப்பட்ட கம்பு, கேழ்வரகு, சோளம் போன்ற பயிர்கள் இப்போது சூரியகாந்தி, சோயாமொச்சை போன்ற பயிர்களுக்காகப் புறக்கணிக்கப்பட்டுவிட்டன. இந்தத் திணைப்பயிர்களின் உற்பத்திக் குறைவு. விவசாய பிராணிகளின் தீவனத்தின் உற்பத்தியைக் குறைத்துவிட்டது. இப்பயிர்களின் தழை மண்ணின் ஈரப்பதத்தை பாதுகாத்து, மண் உயிரினங்களின் எண்ணிக்கையையும் (மண்புழுக்கள் உட்பட) வளத்தையும் பாதுகாத்து வந்தது.

மாற்று விவசாய முறைகள், மூலாதாரங்களைக் காப்பதோடு வளமான உற்பத்தியையும் தரவல்லன. நடைமுறைக்குச் சாத்தியமான இந்த மாற்று முறைகளில், கரிய வேளாண்மை, சூழலியல் வேளாண்மை, உயிர்விசை வேளாண்மை மற்றும் பாரம்பரிய வேளாண்மை (biodynamics) போன்றவை அடங்கும். இவை மண்ணின் உயிரினங்களைப் பயன்படுத்தி (மண்ணில் ஊட்டச்சத்து சுழற்சி ஒருங்கிணைப்பைச் செயல்படுத்துபவை) உள்ளூர் வளங்களைக் கொண்டு இயற்கையுடன் இயைந்து செயல்படுபவை.

மண்புழு உரம் மற்றும் மண்புழு வளர்ப்பு மற்ற உயிரியல் முறைகளுடன் இணைக்கப்பட்டு, காய்கறி வளர்ப்பிலும் மற்ற பயிர் வளர்ப்பிலும் பயன்படுத்தப்படுகின்றன. இம்முறைகள் சிக்கனமாக இருப்பதுடன் சிறந்த பலனையும் தருகின்றன. இயற்கை விவசாயத்தின் மூலங்கள் (Organic Farming Source) என்ற புத்தகத்தில் (அல்வரெஸ் 1996) இந்தியாவில் இயற்கை விவசாயத்தில் பயன்படக்கூடிய பொருள்களையும் சாதனங்களையும் பற்றிய குறிப்புகளுள்ளன. இயற்கை வேளாண்மையில் தீவிரமாக ஈடுபட்டுள்ள நபர்கள் மற்றும் இயக்கங்கள் குறித்து குறிப்பிடப்பட்டுள்ளது.

அரைஸ் (Agricultural Renewal in India for Sustainable Environment - ARISE) என்ற நிறுவனம் வளங்குன்றா விவசாயத்தை அடைவதற்குச் செயல்பட்டு வரும் முன்னணி நிறுவனமாகும். கோபன் ஹேகனில்

1996 ஆகஸ்ட் மாதத்தில் நடைபெற்ற இயற்கை விவசாயம் மற்றும் இயக்கங்களின் அகில உலக அமைப்பின் மாநாட்டில் இந்நிறுவனத்தின் சேவை அங்கீகரிக்கப்பட்டு வளங்குன்றா விவசாயம் கிராமப் புற முன்னேற்றத்திற்கான பரிசு வழங்கப்பட்டது. அரைஸ் நிறுவனத்தின் மத்தியச் செயலகம் பாண்டிச்சேரியின் அருகேயுள்ள ஆரோவில் என்னும் இடத்தில் உள்ள அரோபிருந்தாவனில் (பெர்நாட் டிக்கௌர்ங் என்பவரின் தலைமையில்) தற்போது இயங்கி வருகிறது.

இயற்கை விவசாயத்தில் பல கூட்டு - ஆய்வுகள் ஆரோவில்லுள்ள ஆரோவில் பசுமை வள மையம், சென்னை புதுக்கல்லூரியிலுள்ள மண் உயிரியல் மற்றும் உயிர் தொழில்நுட்ப ஆய்வு மையம், ஆரோவிலுள்ள முன்னோடிகள் (Forcecomers) என்ற அமைப்பு போன்ற இடங்களில் நடத்தப்பட்டுள்ளன. இந்த ஆய்வு கத்திரி, வெள்ளரி, வெண்டை, அவரை, கேழ்வரகு, உளுந்து மற்றும் நிலக்கடலை போன்ற பயிர்களில் மேற்கொள்ளப்பட்டன. மண்புழு உரத்தின் பயன்பாட்டில் விளைந்த வெண்டைக்கு அதிகப் புரதச்சத்து, கார்போஹைட்ரேட் மற்றும் கொழுப்புச் சத்து உள்ளதாகவும் இரசாயன உரங்கள் பயன்படுத்தப்பட்ட நிலங்களில் விளைந்த வெண்டைக்குக் குறைந்த அளவே புரதச் சத்தும் கொழுப்புச் சத்தும் இருந்ததாகவும் உயிர் வேதியல் (Biochemical) ஆய்வுகளின் முடிவுகள் காட்டுகின்றன.

கிராமப்புறங்களில் மேற்கொள்ளப்பட்ட ஆய்வுகளின் விவரங்களும், இரசாயன விவசாயத்திற்கும், இயற்கை விவசாயத்திற்கும் உள்ள பொருளாதாரச் சாத்தியக்கூறுகளின் ஒப்பிடுதலும் கீழே கொடுக்கப்பட்டுள்ளன.

மானாவாரி நிலையில் இயற்கை விவசாயம்

1. நிலக்கடலைச் சாகுபடி *(ஒரு ஏக்கருக்கு)*

(செலவுகள் ரூபாய்களில்)

நிலத் தயாரிப்பின் செலவு

நிலத்தினை உழுதல் - 4 ஏர்கள் - இருமுறை 600

உரத்திற்கான செலவு

தோட்ட உரம் (அடிப்படை உள்ளீடு) 8 டன்கள்

(1 டன்னின் விலை ரூ. 100/-)

மண்புழு உரம் - 2 டன்கள்

(1 டன்னின் விலை ரூ. 250/-) 500

போக்குவரத்து மற்றும் கூலிச்செலவு

(வண்டி ஒன்றுக்கு 1 நாள் வாடகை ரூ. 200/- என்ற கணக்கில் 2 மாட்டு வண்டிகள் நாள் ஒன்றுக்கு நபர் ஒருவருக்கு ரூ. 50/- என்ற கணக்கில் (2 தினக்கூலி ஆட்கள்) 500

விதைகளும், விதைத்தலும்

40 ஏக்கர் என்ற கணக்கில் (1 கிலோ ரூ. 30/-) 1,200

இரண்டு ஏர்களின் மூலம் விதைத்தல்

ஒன்றுக்கு ரூ. 200/- 400

இரண்டு பெண்களுக்கான தினக்கூலி

ஒருவருக்கு (ரூ. 25/-) 50

மற்ற செலவுகள்

களையெடுத்தல் - 10 பெண்கள் (ஒருவருக்கு ரூ. 25/-) 250

தோல்பூச்சி தடுப்புக்காக அங்கக வேதியல் பொருட்களைத் தெளித்தல் *(பூச்சிக்கொல்லிகள்)* வேப்பெண்ணெய் அல்லது வேப்பம் புண்ணாக்கு...........*150*

நீமாசின் 2 லிட்டர் (1 லிட்டர் ரூ. 120/-)......................240

தெளிப்புக்கான செலவு *150*

அறுவடை

25 பெண்கள் - 1 நாள் (ஒருவருக்கு ரூ. 25/-) 625

மேல் தோல் அகற்றுதல்

10 ஆண்கள் - 1 நாள் (ஒருவருக்கு ரூ. 50/-)
போக்குவரத்துச் செலவு *250*

மொத்தம்..6,215

வேதி உரங்கள், பூச்சிக்கொல்லிகளைப் பயன்படுத்திச் செய்யப்படும் நிலக்கடலைச் சாகுபடியில் ஒரு ஏக்கருக்கு மொத்தச் செலவு (என்.பி.கே., விதைத் தயாரிப்பில் வேதிகள், ஜிப்சம், மாலதீயான் உபயோகித்தல், லஸடோசல்ஃபான் தெளித்தல் ஆகியவை உட்பட)...................... **ரூ. 6,755.00**

இவ்விரண்டு முறைகளிலும் கிடைக்கும் நிகர இலாபம்

(ஒரு ஏக்கருக்கு) இயற்கை முறையில்.............. **ரூ. 7,145.43**

வேதியல் முறையில்.. **ரூ. 5,956.05**

(விற்பனை விலை இருலீடுகளுக்கும் ரூ.15/- கிலோ என எடுத்துக் கொள்ளப்பட்டது என்றாலும் இயற்கை முறையில் உற்பத்தியானவை சந்தையில் அதிக விலையைப் பெற்றும் தருகின்றன)

11. கத்திரி சாகுபடி *(ஒரு ஏக்கருக்கு)*

நிலத் தயாரிப்பின் செலவு 4 ஏர்களைக் கொண்டு
இரு முறை உழுதல் (ஏர் ஒன்றுக்கு ரூ. 150/-)............... 600
15 வேலையாட்கள் - 1 நாள் (ஒருவருக்கு ரூ. 50/-)......... 750

உரத்தயாரிப்பின் செலவு
அடிப்படை உரமாக 8 டன் தோட்ட உரம்
(1 டன் ரூ. 100/-)... 800
2 டன் மண்புழு உரம் (1டன் ரூ. 250/-) 500

போக்குவரத்து மற்றும் கூலிச்செலவு
2 மாட்டு வண்டிகள் - 1 நாள்
(1 மாட்டு வண்டிக்கு ரூ. 200/-)
2 வேலையாட்கள் - 1 நாள் (ஒருவருக்கு ரூ. 50/-)............ 500

விதைகளும் விதைத்தலும்
1 ஏக்கருக்கு 0.5 கிலோ விதைகள் (1 கிலோ ரூ. 200/-)...... 100

நிலத்தயாரிப்பு, விதைப்பதற்கான செலவு
(பரப்பளவு 3மீ x 3மீ) 50

மட்கு உரம்/ தொழுவுரம்..20

நாற்று நடுதல்
15 பெண்கள் - 1 நாள் (ஒருவருக்கு ரூ. 20/-) 300

மற்ற செயல்கள்
10 வேலையாட்கள் 1 நாள் (ஒருவருக்கு ரூ. 50/- வீதம்).. 500

ஊட்டச்சத்து தெளிப்பு
மண்புழு செறிவூட்டப்பட்ட நீர் செடியின்
மீது தெளித்தல்... 100

சாண எரிவாயுச் கசடும், (இயற்கை)
பாஸ்பேட்டு உப்பும் 100
கலந்து தெளித்தல் - 2 முறை (1 முறைக்கு ரூ. 100/-)..... 200

நோய்/பூச்சி தடுப்புக்காக இயற்கை வேதிகளைத்
தெளித்தல் வேப்பெண்ணெய் அல்லது
வேப்பம் புண்ணாக்கு... 150

2 லிட்டர் நீமாசின் (1 லிட்டர் ரூ. 120/-)............................ 240

நீர்ப்பாசனச் செலவு 100 மணி நேரம்

(1 மணி நேரத்திற்கு ரூ. 15/-).................................. 1,500

அறுவடைச் செலவு

3 பெண்களும் 1 ஆணும் - 30 நாட்களுக்கு

(பெண் - 1 நாளுக்கு 20/-, ஆண் ரூ. 50/-) 3,300

மொத்த போக்குவரத்துச் செலவு....................................... 500

மொத்தம்... **ரூ. 10,210.00**

வேதி உரங்கள், பூச்சிக்கொல்லிகள் ஆகியவற்றின் பயன்பாட்டில் (என்.பி.கே., (D.A.P.) டி.டி.பி, யூரியா மற்றும் (B.H.C) பாஸ்பேட் தெளிப்பான்கள், ஹோர்மோன்கள், பி.எச்.ஸி. மற்றும் என்டோ சல்ஃபான் கத்திரி சாகுபடிக்கு ஆகும்.

மொத்தச் செலவு ஏக்கர் ஒன்றுக்கு..........................**ரூ. 11,465.00**

இவ்விரண்டு முறைச் சாகுபடியிலும் நிகர இலாபம்

(ஒரு ஏக்கருக்கு) இயற்கை முறை .... **ரூ. 18,290.50**

வேதி முறை ....**ரூ. 17,762.25**

(இயற்கை முறைச் சாகுபடி, கிலோ ரூ. 4/- என்றும் வேதிமுறைச் சாகுபடி கிலோ ரூ. 3/- என்றும் எடுத்துக் கொள்ளப்பட்டது

111. வெண்டைச் சாகுபடி (ஒரு ஏக்கருக்கு)

நிலத் தயாரிப்புச் செலவு

4 ஏர்களை கொண்டு இரு முறை உழுதல்

(ஏர் ஒன்றுக்கு ரூ. 150/-) 600

பாத்திகள், வரப்புகளை அமைத்தல்

15 வேலையாட்கள் - 1 நாள் (ஒருவருக்கு ரூ. 50/-)........ 750

உரத்திற்கான செலவு

அடிப்படை உரமாக 8 டன்கள் தோட்டவரம்

(1 டன் ரூ. 100).. 800

மண்புழு உரம் 2 டன்கள் (1 டன் ரூ. 250) 500

போக்குவரத்து மற்றும் கூலி இரண்டு

மாட்டுவண்டிகள் (வண்டி ஒன்றுக்கு) .... ரூ. 200

விதைகளும் விதைத்தலும்

1 ஏக்கருக்கு 6 கிலோ (1 கிலோ ரூ. 100/-) 600

நிலத் தயாரிப்புக்கும், விதைத்தலுக்கும் ஆகும் செலவு

(பரப்பளவு 3மீ x 3மீ).. 50

15 வேலையாட்கள் - *1* நாள் *(*ஒருவருக்கு ரூ. *20)*................. *300*

மற்ற செயல்கள்

இடைவெளிகளை அடைத்தல் - *3* நபர்களுக்கு

நாள் ஒன்றுக்கு ரூ. *20/-* *60*

களையெடுத்தல் - *10* நபர்களுக்கு

நாள் ஒன்றுக்கு ரூ. *50/-* *500*

ஊட்டச்சத்து தெளிப்பு

மண்புழு செறிவூட்டப்பட்ட நீரை தழைகளில்

தெளித்தல் *100*

சாண எரிவாயுக் காடும் இயற்கை பாஸ்பேட்டும்

கலந்து தெளித்தல் - இரு முறை

*(*ஒரு முறைக்கு ரூ. *100/-)*.. *200*

நோய்ப்பூச்சி தடுப்புக்காக இயற்கை வேதிகளை தெளித்தல்

வேப்பெண்ணெய் அல்லது வேப்பம் புண்ணாக்கு......... *150*

2 லிட்டர் நீர்மோசின் *(1* லிட்டர் ரூ. *120/-)* *240*

நீர்ப்பாசன செலவு *1* மணி நேரத்திற்கு ரூ. *15/-*

75 மணி நேரம்.. *1,125*

அறுவடைச் செலவு

2 பெண்கள், *1* ஆண் - *30* நாட்கள்............................*2,200*

1 நாளுக்கு பெண்ணுக்கு ரூ. *20/-* ஆணுக்கு ரூ. *50/-*

போக்குவரத்துச் செலவு *500*

மொத்தம்..**9,175**

வேதி உரங்கள், பூச்சிக்கொல்லிகள் ஆகியவற்றைப் பயன்படுத்தி *(*என்.பி.கே கலவை, யூரியா, பாஸ்பேட், தெளிப்பான்கள், ஹார்மோன்கள், பி.எச்.ஸி மற்றும் என்டோசல்ஃபான்*)* வெண்டை சாகுபடி செய்வதில் ரூ ஏக்கருக்கு

மொத்த செலவு ....**ரூ. 10,844.00**

இருமுறை சாகுபடியிலும் கிடைக்கும் நிகர

இலாபம் *(*ஒரு ஏகக்ருக்கு*)* இயற்கை முறை.............**ரூ. 6,803.75**

வேதி முறை ....**ரூ. 6,931.00**

*(*இயற்கை முறை சாகுபடியின் விற்பனை விலை ரூ. *4.50/-* கிலோ என்றும் வேதி முறையில் இது ரூ.*4/-* கிலோ என்றும் எடுத்துக் கொள்ளப்பட்டுள்ளது*)*

நெல் சாகுபடி

நெல்லும் கரும்பும் இந்தியாவின் முக்கிய வணிகப் பயிர்களாகும். இதில் குறிப்பாக நெல் சாகுபடி, பருவகாத்திற்கு ஏற்ப நெல், நிலக்கடலை - நெல் என்ற பயிர் சுழற்சி முறையில் பயிரிடப்படுகிறது. மாட்டுச் சாணம் முக்கிய உள்ளீடாகப் பயன்படுத்தப்படுகிறது. மண்ணில் நடைபெறும் ஊட்டச்சத்து சுழற்சியில் முக்கியப் பங்கு வகிக்கும் நுண்உயிர்களின் தற்செயல்கள் பசுமைப் புரட்சியினால் (இரசாயனப் பொருட்களின் நேரடிப் பயன்பாட்டின் மூலம்) தடைபட்டுவிட்டன. இதனால் மண்ணில் வாழும் உயிரினங்களும், ஊட்டச்சத்து சுழற்சியும் பாதிப்புக்கு உள்ளாகியுள்ளன. நெல் சாகுபடிக்கு (படம் 11) வெறும் மண்புழு உரம் மட்டும் போதுமானதாகாது என்பது நினைவிலிருத்தப்பட வேண்டிய ஒன்று. பின்னர் குறிப்பிட்டுள்ளது போல் இயற்கை முறையில் தயாரிக்கப்பட்ட சில உரங்களும் இதற்குத் தேவைப்படுகின்றன. இதில் மண்புழு உரத்திற்கு முக்கியமானதொரு பங்கு உண்டு. அட்டவணை 12 நெல் நாற்று நட்ட பிறகு இயற்கை உரங்களுடன் கலந்து பயன்படுத்த வேண்டிய பூச்சிக்கொல்லி மற்றும் மற்ற உரங்களின் அளவு (வழக்கமான வேதி உரங்களின் அளவுடன் ஒப்பிடப்பட்டுள்ளது)

(பயிர் ஏ.டி.டி 36, வயல் பரப்பளவு 3 சென்டுகள், பயிர் வளர்ச்சிக் காலம் 100 நாட்கள்)

செயல்முறை	இயற்கை முறை	வேதிமுறை
பசுந்தாள் உரத்தை 45வது நாள் நிலத்தில் இட்டு உழுது, நிலத்தைப் பக்குவப்படுத்துதல்	செஸ்பானியா ரோஸட்ரேட்டா **(Sesbenia rostrata)** 8 கிலோ விதைகள் 1 ஏக்கருக்கு என்ற விகிதத்தில்	
அடிப்படை உரம்	மாட்டுச்சாணம்/ தோட்ட உரம் 187.50 கிலோ கிராம்	யூரியா 525 சூப்பர் பாஸ்பேட் 4.5 கிலோ பொட்டாஸ்ரைேட் 0.75 கிலோ
நாற்று நற்றப்பட்ட பிறகு 8வது நாள்	அஸோலா மைக்ரோஃபைலா 12 கிலோ	**(Sesbenia rostrata)**
முதல் தவணை	மண்புழு உரம் 30 கிலோ வேப்பம் புண்ணாக்கு 750 கிராம்	யூரியா 525 கிராம்

இரண்டாம் தவணை	மண்புழு உரம் 30 கிலோ	பொட்டாஸ் நீரேட் 4.5 கிலோ
மூன்றாம் தவணை பூச்சிக்கொல்லி	மண்புழு உரம் 60 கிலோ	ஸோஸோ கீரோட்டோ 2 தெளிப்பான்கள் (ஒவ்வொன்றுக்கும் 50 கி.மீ)
தூறுகளின் எண்ணிக்கை	12.01 1.30	13.50 4.01
உயரம் (செ.மீ)	72.40+2.56	72.10+6.20
ஒரு குத்தில் உள்ள நெற்கதிர்களின் எண்ணிக்கை	11.40+2.36	10.40+2.53
கதிரின் நீளம் (செ.மீ)	22.30+1.33	21.15+1.92
ஒரு கதிரிலுள்ள மணிகளின் எண்ணிக்கை	100.35+15.55	113.10+26.5
பதர்களின் எண்ணிக்கை	13.78+4.83	12.60+8.40
1000 நெல்மணிகளின் எடை (கிராம்)	19.91	19.45
நெல் சாகுபடி எடை (கிலோ/ஏக்கர்)	688.33	687.50
வைக்கோல் (கிலோ/ஏக்கர்)	1209.00	1110.50

கரும்பு சாகுபடி

உலகின் கரும்பு பயிரிடும் நாடுகளில், மிக அதிகளவு கரும்பு பயிராகும் பரப்பளவினைக் கொண்டுள்ளது இந்தியா. தற்போது, கரும்புச் சாகுபடியில் இரசாயன உரங்களின் பயன்பாட்டுக்கு முக்கியத்துவம் கொடுக்கப்பட்டாலும், முன்பு மாட்டுச் சாணம், கரும்பாலைச் சக்கை, கரும்புச் சக்கை, மொலாஸஸ், தழையுரம், கம்போஸ்ட் உரம், புண்ணாக்கு ஆகியவை உள்ளீடுகளாகப் பயன்பட்டன. மண்புழு தொழில்நுட்பத்தின் மூலம் தயாரிக்கப்பட்ட மண்புழு உரம் கரும்புச் சாகுபடியில் முக்கிய உட்பொருளாகப் பயன்படுகிறது. பாண்டிச்சேரியிலுள்ள பிள்ளையார் குப்பம் என்னுமிடத்தில் இயங்கும் எம்.எஸ். சுவாமிநாதன் ஆய்வு நிறுவனத்துடன் கூட்டு முயற்சியில் நெல்லும், கரும்பும் பயிரிடப்பட்டன. இதன் முடிவுகள் மிகுந்த ஊக்கமளிப்பவையாக உள்ளன (அட்டவணை 13)

இயற்கை வேளாண்மைக்குப் பயன்படும் மண்புழு உரம் ரூ. 250 முதல் ரூ. 300 வரை குறிப்பிடப்பட்டுள்ளது. காரணம், விளை நிலத்தில் உற்பத்தி செய்யப்படும் மண்புழு உரம் மலிவான விலையிலே கிடைக்கப் பெறுகிறது.

அட்டவணை 13: கரும்பு சாகுபடி அளவும், தரமும் (வகை: Coc 90063)

நிலையனவரு	வேதியல்	மண்புழு
உயிர் அளவுகள்	சராசரி வேறுபாடு	சராசரி வேறுபாடு
ஒரு குத்திலுள்ள அரைக்கத் தகுந்த கரும்பு புல்லின் எண்ணிக்கை	6.00+0.81	6.66+0.50
இடைக்கணுவின் நீளம் (செ.மீ)	10.80+0.60	11.86+0.40
கரும்பின் பருமன்(செ.மீ)	3.26+0.11	3.65+0.32
கரும்பின் நீளம் (மீ) கருத்து காம்பு மட்டும்	4.40+0.2	3.88+0,32
சாகுபடி (டன்/ஹெக்டர்)	133,38	147,36
தரம் % ப்ரிக்ஸ் **(Brix)** % போல் **(Pol)** % தூய்மை	 15,05 12,22 81,20	 17,7 14,66 85,38
வர்த்தகத்திற்கான சர்க்கரை	8,32	10,24

+ கரும்பின் திரவத்தன்மை & ஒளிவிலகல் திறன்

இயற்கை உரங்களைப் பயன்படுத்துவது மண்ணில் உள்ள உயிரினங்களின் தன்மையையும் எண்ணிக்கையையும் அதிகப்படுத்துகிறது. இடைமட்ட வகை மண்புழுக்கள் கரும்பு மற்றும் நெல் அறுவடையின் போது காணப்படுகின்றன. இவை மண்ணின் தரத்தைப் பாதுகாப்பதில் முக்கிய பங்கு வகிக்கின்றன.

தமிழ்நாட்டில், செம்பூரில் உள்ள ஸ்போர்ட்டிவ் பாஸ்ட்டைம் இந்தியா லிமிடெட் என்னும் நிறுவனத்தின் கோல்ஃப் விளையாட்டு மைதானத்தின் மேற்பரப்பைத் தயாரிக்கவும், மண்ணின் தரத்தை வளப்படுத்தவும் தேங்காய் நார், மாட்டுச் சாணம், எரிக்கப்பட்ட உமி போன்ற இயற்கை உரங்களுடன் மண்புழு உரமும், மண்புழு செறிவூட்டப்பட்ட நீரும் பயன்படுத்தி வெற்றி கண்டுள்ளனர். பூச்சி தடுப்பிற்காக வேப்பம் புண்ணாக்கு, வேப்பெண்ணெய் மற்றும்

புங்கை மரம் ஆகியவற்றிலிருந்து பெறப்பட்ட சாறும், மாட்டுச் சிறுநீருடனும் மண்புழு செறிவூட்டப்பட்ட நீருடனும் கலக்கப்பட்டு தெளிக்கப்பட்டன. ஆக, மண்புழு உரம், மண்புழு செறிவூட்டப்பட்ட நீரும் ஒன்றுடன் ஒன்று இணைந்து செயல்படுபவை. மேலும் இவை இயற்கை வேளாண்மைக்கு உகந்தவையாக உள்ளதால் சூழலியல் மேன்மைக்கும் நிலைத்த வளங்குன்றா சுற்றுச் சூழலுக்கும் ஆதாரமாக விளங்குகின்றன என்பது உணரப்படுகிறது. வளமான மண்ணில் வெவ்வேறு உயிரினங்கள் காணப்படுகின்றன. (குறிப்பாக மண்புழுக்கள்). இது பூச்சிகளையும், நோய்களையும் எதிர்க்கும் சக்தியினைக் கொண்ட 'வளமான தாவரங்களின்' வளர்ச்சியை ஆதரிக்கிறது.

9. மண்புழுக்கள்: இறுதிப் பயன்களும் திறனும்

மண்புழு வளர்த்தலின் பொருளாதார மதிப்பு

1. இயற்கைக் கழிவுகளுடன் தொடர்புள்ள மோசமான துர் நாற்றத்தை அகற்றுதல்.
2. பயனுள்ள எருவைத் தயாரிப்பது மற்றும்
3. மண்புழுக்களின் பெருக்கத்தின் மூலம் உணவு & முக்கியமாக புரதம் & மற்றும் மருந்துகளின் ஆதாரத்தினை உருவாக்குவது சைபன், ஜே.ஆர்., *(1983)*

மருத்துவத்தில் மண்புழுக்கள்

கி.பி. 1340 முதல் வழக்கில் இருக்கும் நாடோடிக் கதைகளில் பல்வலி, உடல் உபாதை, அம்மை, காமாலை, மூட்டு வாதம் மற்றும் பல்வேறுப்பட்ட நோய்களைத் தீர்ப்பதில் மண்புழுக்களின் மருத்துவ குணங்கள் அதிகமாக சித்தரிக்கப்பட்டுள்ளன.

யுனானி முறை மருத்துவம், மண்புழுவை கராட்டின் என வகைப்படுத்துகிறது. கராட்டின் யுனானி மருத்துவத்தில் வலிமை வாய்ந்த உடலின் ஊக்கியமாக வெளிப்புற மருந்தாகவும் உள் மருந்தாகவும் 'பயன்படுத்தப்படுகிறது. காயங்களையும் புரையோடிய புண்களையும் ஆற்றுவதிலும், மூலத்தையும் தொண்டை வறட்சியையும் குணப்படுத்துவதிலும் மண்புழுக்களின் பங்கு இவற்றில் விரிவாகக் கூறப்பட்டுள்ளது.

1340ல் எழுதப்பட்ட நுஸட் உல் குலுப் என்ற அறிவியல் அகராதியில், காஸ்வினின் ஹம்துல்லா முஸ்டான்ஃபி, மண் புழுக்களை வேகவைத்து ரொட்டியுடன் சேர்த்து உண்டால் அது சிறுநீரகத்தில் உள்ள கற்களைக் கரைத்து, அவற்றின் அளவைக் குறைத்தும், வெளியேறவும் வகை செய்யும் என்றும், மண்புழுக்களை உலத்தி உண்டால் மஞ்சள்காமாலை நோயின் தீவிரத்தைக் குறைக்க முடியும் என்றும் குறிப்பிட்டுள்ளார். கடுமையான பிரசவ நேரங்களில் இவை உடனடி பயன் அளிப்பதாகவும் கூறப்பட்டுள்ளது.

எஸ்கிரிசியா கோலி என்னும் பாக்டீரியாவிலிருந்து எடுக்கப்பட்ட காய்ச்சலை வரவழைக்கும் பைரோஜின்கள் (Escherichia Coli) முயல்களுக்கு ஊசி மூலம் செலுத்தி காய்ச்சலைத் தூண்டி, பின்னர் லும்பிரிகஸ் ஸ்பென்ஸர் மற்றும் பெரிகீட்டா கம்யூனிசியா மண் புழுக்களிலிருந்து எடுக்கப்பட்ட மருந்துகளை இந்த முயல்களுக்குச் செலுத்தி சோதித்துப் பார்த்ததிலிருந்து மண்புழுக்களின் காய்ச்சலைக் கட்டுப்படுத்தும் தன்மை அறியப்பட்டுள்ளது.

மண்புழுக்களுக்குக் காய்ச்சலைக் கட்டுப்படுத்தும் தன்மையுள்ளதால் சீனாவிலும், ஜப்பானிலும் காய்ச்சலைக் குறைக்க அவை, உலர்ந்த வடிவத்தில் பயன்படுத்தப்படுகின்றன. பெண்களின் கர்ப்பத்தை உறுதிசெய்துகொள்ளவும் மண்புழுக்கள் பயன்படுத்தப் படுகின்றன. பெண்களின் சிறுநீர் மண்புழுக்களில் ஊசி மூலம் செலுத்தப்படுகிறது. கரு உருப்பெற்றுள்ளதை இந்த மண்புழுக்களின் விந்துப் பைகளைக் கொண்டு நடத்தப்படும் சோதனைகளின் மூலம் அறிந்துகொள்ள முடியும்.

மியான்மரிலும், லாவோஸிலும் மண்புழுக்கள் பெரியம்மைக்கு மருந்தாகப் பயன்படுத்தப்படுகின்றன. ஹெர்னியா நோயாளிகளுக்கு உலர்ந்த மண்புழுக்களை பாதாம் எண்ணையுடன் கலந்து பாதிக்கப்பட்ட பகுதிகளில் தடவப்படுவதாக கூறப்படுகிறது. இவை நாள்பட்ட இருமல், டிப்தீரியா (தொண்டையைப் பாதிக்கும் ஒரு கொடிய தொத்து நோய்) மஞ்சள்காமாலை போன்ற நோய்களை குணமாக்குவதுடன் சுகப்பிரசவத்திற்கு வழி வகுப்பதாகவும் கூறப்படுகிறது.

மண்புழுக்கள் உடற்கூறினுள் செலுத்தப்படும்போது உடல் வெப்பத்தை அதிகப்படுத்துவதால் நரம்பு தொடர்பான நோய்களையும், கபம், எலும்புருக்கி போன்ற நோய்களையும் குணப்படுத்துவதற்குப் பயன்படுகிறது. முடக்குவாதத்தைக் குணப்படுத்த பயன்படும் பொருள் மண்புழுக்களிடம் இருப்பதாகக் கூறப்படுகிறது. குடும்பக் கட்டுப்பாட்டில் இவற்றின் பங்கு முக்கியமானது. அவை கீழ்கண்ட முறையில் செயலாற்றுகின்றன.

1. வேகமாகச் செயல்பட்டு விந்துக்களின் ஓட்டத்தைத் தடை செய்கின்றன.
2. விந்துக்களை ஒன்றுக்கொன்று ஈர்க்கும்படி செய்து பந்துபோல முடிச்சுக்களாக்கிச் செயலிழக்க வைக்கின்றன.

மேற்கூறிய மருத்துவ பலன்களைத் தவிர மண்புழுக்கள் புண்களை ஆற்றும் மருந்தாகவும் வீக்கத்தைக் குறைக்கும் மருந்தாகவும் பயன்படுகின்றன. மண்புழுப்பசை வீக்கத்தை வற்ற வைக்கும் குணம் எலிகளின் மீது மேற்கொள்ளப்பட்ட பரிசோதனை மூலம் நிரூபிக்கப்பட்டுள்ளது. இதன் ஆற்றல் ஆஸ்பிரினுக்கு இணையாக உள்ளதாகக் கூறப்படுகிறது.

மேலும் மண்புழுக்கள் இரத்தக் கட்டிகளைக் குணப்படுத்துவதிலும் ஆற்றலுள்ளவையாகச் செயல்படுவதாகக் கூறப்படுகிறது. வாய் மூலம் செலுத்தப்படும் மண்புழுப்பொடி இரத்தக் குழாய்களிலுள்ள இரத்தக் கட்டிகளை கரைக்கும் ஆற்றல் பெற்றுள்ளது.

"நாளொன்றுக்கு ஒரு மண்புழு - மருத்துவரே தேவையில்லை" என்று மக்கள் பேசும் நாட்கள் வெகுதூரத்தில் இல்லை.

உணவாக மண்புழுக்கள்

உரம் தயாரிக்கவும், மண்ணின் தரத்தை அதிகரிக்கவும், மருத்துவ ரீதியாகவும் பயன்படுத்துவதைத் தவிர மனிதர்களின் உணவாகவும் மண்புழுவைப் பயன்படுத்த முடியும்.

இதில் புரதச்சத்து உள்ளதால் (58 முதல் 71 சதவிகிதம் உலர் எடை அடிப்படையில்) பன்றி மற்றும் கோழிப்பண்ணைகளில் உணவாகப் பயன்படுத்தலாம். உணவாகும் புரதத்தின் சத்து மதிப்பு குறிப்பிட்ட சில அமினோ அமிலங்களின் கலவைகளையே சார்ந்துள்ளது. மண்புழு புரதங்கள் உடலுக்கு அத்தியாவசியமான அமினோ அமிலங்களை முக்கியமாக, சல்ஃபர் கலந்தவற்றை அதிகம் கொண்டிருக்கின்றன (அட்டவணை 14).

அட்டவணை 14 மண்புழு புதரங்களின் அமினோ அமில கூட்டுக்கலவை (W/100W புரதங்களில்) (மூலம்: டபோகா, 1980)

அலனைன்	5.4	மொத்தியோனான்	2.0
அர்ஜீனைன்	7.3	ஃபினைல அலனைன்	5.1
அஸ்பரஜைன்	10.5	ப்ரோலைன்	5.3
சிஸ்டைன்	1.8	செரைன்	5.8
குளுடமைன்	13.2	திரியோனன்	6.0
கிளைசின்	4.3	டிரிப்டோபன்	2.1
ஹிஸ்டமைன்	3.8	தைரோசின்	4.6
ஐசோலியுசைன்	5.3	வெலைன்	4.4
லியூசைன்	6.2	லைசின்	7.3

(அத்தியாவசிய அமினோ அமிலங்கள்)

அமினோ அமிலங்கள் தவிர, மண்புழுத் தசைகளில் உள்ள குறிப்பிடத்தக்க சத்துள்ள பொருட்களில் டிரைகிளிசரைடுகளும், ஸ்குவலினும், கொழுப்பு அமிலங்களும் அடங்கும்.

மண்புழுக்களிலிருந்து தயாரிக்கப்பட்ட உணவு கோழிகளுக்கும், பன்றிகளுக்கும் உணவாகக் கொடுக்கப்பட்டுள்ளது. எலிகளுக்கும் கூட மண்புழுக்கள் உணவாகக் கொடுக்கப்பட்டு சோதனைகள் நடத்தியுள்ளனர். இந்த அனைத்து சோதனைகளிலும் மண்புழுக்களை உணவாக உட்கொண்ட விலங்குகள் சாதாரண உணவை உட்கொண்ட மற்றவை போலவோ அல்லது அவற்றைவிட அதிக வளர்ச்சி உடையனவாகவோ இருந்தன.

புழுக்கள், வர்த்தக ரீதியாக மீன் உணவாகப் பயன்படுகின்றன. கூடிய விரைவில் மனிதர்களுக்கும் உணவாக பயன்படக்கூடுமென எதிர்பார்க்கப்படுகிறது. எனினும், இதில் கொஞ்சம் கவனமாகவும் இருக்க வேண்டியது அவசியம். மண்புழுக்கள் நச்சுகளை குறிப்பாக, உலோகங்களையும், இரசாயனங்களையும் எச்சங்களாக அவற்றின் உடலில் சேர்க்கக்கூடியவை. குறிப்பாக ஈயம், காட்மியம், குரோமியம், தாமிரம், நிக்கல், பாதரசம் மற்றும் துத்தநாகம் போன்றவற்றை இவை சேகரிக்கின்றன. அவை இத்தகைய உலோகங்களை மிக அடர்த்தியான அளவில் சேகரிக்கக்கூடும் என்பதால் இவற்றை பெரிய அளவில் உணவாக உட்கொள்ளும்போது ஜாக்கிரதையாக இருக்க வேண்டும். இரசாயன உரங்கள் மற்றும் பூச்சிக்கொல்லிகள் அடர்த்தியை அறிய, வேளாண் கழிவுகளிலும் பிராணிகளின் எருவிலும் வளரும் புழுக்களிலிருந்து பெறப்படும் உணவுப் பொருட்களைப் பெரிய அளவில் தரக்கட்டுப்பாட்டுச் சோதனைக்கு உட்படுத்த வேண்டும்.

மண்புழுக்களை கோழிப்பண்ணைகளிலும், மீன் வளர்ப்பு நிலையங்களிலும் உணவாக அறிமுகப்படுத்துவதற்கு முன்பு அவற்றுக்கு ஏற்படும் செலவு மற்றும் பயன் குறித்த ஆய்வை மேற்கொள்ள வேண்டும்.

பொருளாதார திறன்

மண்புழுத் தயாரிப்பின் பொருளாதார நன்மைகள், தயாரிப்புச் செலவு மற்றும் சந்தையில் அதற்கு உள்ள மதிப்பையும் பொறுத்து அமையும். இதன் மூலம் ஒரு ஹெக்டர் நிலத்தில் ஒரு வருடத்திற்கு 6500 கிலோ கிராம் புரத அளவினைத் தயாரிக்க முடியும்.

சட்டச் சிக்கல்கள்

பெரும்பாலான உணவு விதிகள் கொள்பொருளையும், கலப்பானையும் வேறுபடுத்தி பல்வேறு முறைகளையும் கட்டுப்பாடுகளையும் விதிக்கின்றன. மண்புழு உற்பத்தியாளர்கள் முதலில் இதை உயர்ந்த புரதம் கொள்பொருளாக வகைப்படுத்துவதில் கவனம் செலுத்த வேண்டும்.

முடிவுகள்

பசுமைப் புரட்சிக்குப் பின்னர் மண் மிகவும் வேகமாக சீரழிந்து கொண்டு வருகிறது. மண்ணின் தரத்தினை மீண்டும் சீர்படுத்துவதன் தேவை குறித்து மாற்றுக் கருத்துகள் இருக்க முடியாது. அதிக அளவில் பயன்படுத்தப்பட்ட பூச்சிக்கொல்லிகளினால் விளைந்த இரசாயன எச்சங்களின் ஆபத்தான பாதிப்புகளைப் பற்றிய மனித சமுதாயத்தினரிடையே விழிப்புணர்வும், இயற்கை முறையில் பயிரிடப்பட்ட உணவிற்கான தேவையும் உழவர்களையும் விவசாயிகளையும் அதிக அளவு இரசாயனப் பொருட்களை பயன் படுத்த வேண்டிய தேவையைப் பற்றி யோசிக்க வைத்துவிட்டன. பொது வளங்களைப் பெரிய அளவில் சட்டங்களுக்கு எதிராக பயன்படுத்துவதாலும், நீர்நிலைகளைச் சரியாக பராமரிக்காததாலும் உணவிலுள்ள சத்துக்கள் ஏற்கெனவே குறைந்து காணப்படுகின்றன.

பலவிதமான இயற்கை விவசாய முறைகளும் இந்திய பாரம்பரிய விவசாய முறைகளுக்கு மாற்று வழிகளாகப் பரிந்துரைக்கப் படுகின்றன. இயற்கை வேளாண் முறைகள், பசுந்தாழ் உரங்கள், பண்ணை உரங்கள், மண்புழு உரங்கள், மண்புழு வளர்ப்பு மற்றும் மண்புழு நிர்வாகம் போன்றவற்றை ஒருங்கிணைத்து திட்டங்கள் உருவாக்கப்படலாம். உயிரினங்கள் மற்றும் மண்ணிலுள்ள இய்ற்கைப் பொருட்கள் உயிரியல் பொருட்கள் மற்றும் சுற்றுச் சூழலைப் பாதிக்காத பூச்சிக் கொல்லிகளின் நிர்வாகம் போன்றவை ஊக்குவிக்கப்பட வேண்டும்.

இந்தியாவிலும் வெளிநாடுகளிலுமுள்ள பெரும்பாலான விவசாயிகள் மண்ணில் பலதரப்பட்ட உயிரினங்களின் வளர்ச்சியிலும் மண்ணின் வளத்தைப் பாதுகாப்பதிலும் மண்புழுக்களின் பங்கை உணர்ந்து வருகின்றனர். இதைப் பெற ஒரு விவசாயி வேறெங்கும் செல்ல வேண்டியதில்லை. அவர் மண்ணில் உள்ளதைவிடச் சிறந்த மண்புழுக்கள் உலகில் வேறெங்கும் இருக்க முடியாது. மண்புழு வளர்ப்பு பற்றிய சிறிதளவு பொதுஅறிவுடன், சரியான

சத்துப்பொருளைத் தகுந்த அளவு நீருடன் பயன்படுத்தி, நிலத்தில் இருக்கும் மண்புழுக்களை இன்னும் பெருக்க முடியும். பெரிய அளவிலான மண்புழு வளர்ப்பு முறைகளில், இரண்டு விற்பனைப் பொருட்கள் கிடைக்கின்றன. அவை மண்புழுக்கள் மற்றும் மண்புழு உரம் மண்புழு வளர்ப்பின் பொருளாதார சாத்தியக்கூறு இன்னும் நீண்டகாலத்திற்கு மண்புழு உரத்தினைச் சார்ந்தே இருக்கும். மண்புழு புரதத்திற்கு இதில் முக்கிய பங்கு இருக்காது.

எதிர்காலம்

மண்புழு உரத்திற்கும் நாங்கூழ் மண்ணுக்கும் ஒரு ஒளிமயமான எதிர்காலம் உண்டு. மண்புழு நிர்வாகமும், சரியாக பராமரிக்கப்பட்ட மண்புழு படுகைகளுடன் இணைந்து, மண்புழு அடர்த்தியும் மண்புழு வேறுபாட்டுத் தன்மையும் உள்ள மண்புழு குழுக்களை உருவாக்கி அதன் மூலம் மண் வளத்திற்கு வழி ஏற்படும்.

10. மண்புழு தொழில்நுட்பம்: ஆய்வறிக்கைகள்

எந்தத் தொழில்நுட்பத்தின் வெற்றியும், அதைப் பயன்படுத்துகின்ற பல்வேறு துறைகளில் கிடைக்கும் பலன்களை வைத்து நிர்ணயிக்க முடியாது. முந்தைய பாகங்களில் மண்புழு உரத் தயாரிப்பு பற்றியும், அதன் பயன்பாடுகள் பற்றியும் கண்டோம். பயிர் விளைச்சலிலும், மண் பாதுகாப்பிலும் மண்புழு உரத்தின் முக்கியத்துவத்தை இந்தியாவிலும் அயல்நாடுகளிலும் மேற்கொள்ளப்பட்ட பல ஆய்வுகள் தெரியப்படுத்துகிறது.

நகர்ப்புற மற்றும் அதன் அண்டைப் பகுதியில் உற்பத்தியாகும் கழிவுகளைச் சிறந்த வகையில் உபயோகிக்க, சுற்றுச்சூழலிருந்து கிடைக்கும் பொருட்களிலிருந்து வெற்றிகரமாக மண்புழு உரத் தயாரிப்பு பற்றிய தொழில்நுட்பத்தை அறிந்துகொள்வது முக்கியமாகிறது. குப்பைகளை வீடுகளிலேயே தகுந்த வகையில் வீட்டுப் பெண்மணிகள் பயன்படுத்துவது அல்லது சமூகத் தொண்டு நிறுவனங்கள் மூலம் உரமாக மாற்றி அதன் மூலம் கிடைக்கும் வருவாயைத் தேவையுள்ள சமூகப் பிரிவுகளின் நலன்களுக்கும் பயன்படுத்துவது அல்லது சிறு தொழிலாகவோ பெருந்தொழிலாகவோ இதனைச் செயல்படுத்துவது ஆகியவை பரிசீலிக்கப்பட்டுள்ளன.

மண்புழு உரம் தயாரித்தல்: வீட்டிலுள்ள குப்பைகள்

திருமதி சத்தியநாராயணன் சென்னை, அடையாரிலுள்ள சாஸ்திரி நகரில் வாழும் 60 வயது நிரம்பிய குடும்பத்தலைவி, மண்புழு உரம் தயாரித்தல் என்பது பற்றிய செய்திகளால் ஊக்குவிக்கப்பட்ட இவர், மூன்று வருடங்களுக்கு முன்னர், அவருடைய வீட்டைச் சுற்றியிருந்த தோட்டத்தில் உள்ள குப்பைகளை பரிசோதித்துப் பார்க்க முனைந்தார். அவருடைய தோட்டத்தில் இலைதழைக் குப்பைகளுக்காக ஒரு குழியையும், காய்கறி கழிவுகளுக்காக இன்னொரு குழியையும் தோண்டினார். சாதாரண மண்புழுக்களைக்

கொண்டு மண்புழு தொழில்நுட்பம் தொடங்கப்பட்டது. குழிகளில் மூன்று வாரங்களாகச் சேகரிக்கப்பட்ட மண்புழுக்களற்ற சிறிதளவு மக்கிய இலை, தழைகளும், சமையல் கழிவுகளும் மண்புழுக்கள் கொண்ட குழிகளுக்கு மாற்றப்பட்டன. இரண்டு மாதங்களில் தேயிலைத்தூள் போன்ற மாவு இக்குழிகளில் படிவதை கண்டு மகிழ்ந்தார். அவருக்குத் தேவையான மண்புழு உரம் உபயோகத்திற்குத் தயாரானது. இதற்குப் பிறகு அவர் காய்கறிகளையும், கீரைகளையும், ரோஜாக்களையும், குரோட்டன்களையும், தென்னைகளையும் வளர்த்தார்.

மண்புழு உரத்தைப் பயன்படுத்தியதால் காய்கறி தரத்திலும் விளைச்சலிலும் பெருத்த மாற்றங்கள் இருக்கின்றன என்று அவர் கூறுகிறார். தென்னை மரங்கள் பெரிய காய்களை அளித்தன. புடலங்காய், "நூற்றுக்கணக்காய் காய்த்தது" என்றும் கூறுகிறார். அவர் தோட்டத்தில் இரண்டு அல்லது மூன்று மண்புழுக் குழிகளை அமைத்து, செடிகளுக்கு தொடர்ந்து மண்புழு உரம் கிடைக்கும்படிச் செய்தார்.

தற்பொழுது அவர் தோட்டமில்லாத, செடிகளுமற்ற ஒரு அடுக்குமாடிக் கட்டிடத்தில் வசிக்கிறார். ஒவ்வொரு முறையும் சமையலறைக் கழிவுகளை குப்பைத்தொட்டியில் கொட்டும்போது, ஒரு பெரிய மதிப்புள்ள பொருளை வீணடிக்கிறோம் என்ற குற்ற உணர்வு அவரை பாதித்தது. எனவே சிறிய அளவில் மண்புழு உரம் தயாரிக்க, உணவு மேசை அருகே வைக்கப்பட்ட பிளாஸ்டிக் வாளிகளைப் பயன்படுத்தினார். இதில் கிடைக்கும் மண்புழு உரம் மூலம் தொட்டிகளில் செடிகளை வளர்க்கத் திட்டமிட்டுள்ளார்.

சமைலறைக் கழிவுகளை மண்புழு உரமாக்குதல், அவரைப் பொறுத்தவரை வீட்டுத்தலைவிகளுக்கு ஆதாயமளிக்கும் பொழுது போக்காகும். சாதாரண மண்புழுக்களைப் பராமரிக்கச் சிறந்த கவனம் தேவையில்லை. அவருடைய உரத்தொட்டி குப்பைகளால் நிறைந்திருந்தபோதும், ஈத்தொல்லையோ, கொசுத் தொல்லையோ இல்லை. இனிப்புப் பொருட்களைக் குப்பையில் கலக்காததன் மூலம் எறும்புப் பிரச்சனையையும் தீர்க்க முடிந்தது. தொட்டிகளை உயரமான இடத்தில் வைத்ததன் மூலம் எலித்தொல்லையை சமாளிக்க முடிகிறது.

45 வயது நிரம்பிய திருமதி சாந்தி சுபாஷ் என்பவருக்கும் குடும்பத்தலைவியாக இருந்து மண்புழு உரம் தயாரிக்கும் தொழில்

விற்பன்னராக மாறியவர். அவர் சென்னை, பெசன்ட் நகர், கலாஷேத்திரா காலனியில் வசிக்கிறார்.

குப்பைகளிலிருந்து உரம் தயாரிப்பது திருமதி சுபாஷுக்கு ஒன்றும் புதிய விஷயமில்லை. சிறுவயதிலிருந்தே அவர் வீட்டுப் பெரியவர்கள் குப்பைகளை வீட்டுக் கொல்லையில் குழி தோண்டி மக்கச் செய்வதை பார்த்துவந்ததனால் குப்பைகளின் மூலம் சிறந்த உரம் கிடைக்கும் என்பது அவருக்குத் தெரிந்திருந்தது.

இயற்கை உரம் தயாரிப்பதில் தனிப்பட்ட ஈடுபாடு, இரண்டு குழந்தைகளுக்கு தாயான பின்னரே அவருக்கு ஏற்பட்டது. இந்திரா நகர் குடியிருப்போர் சங்கம் 1991இல் நடத்திய மண்புழு பற்றிய உரைகளைக் கேட்டபோது அவருடை வாழ்க்கைப் பாதையை அவை மாற்றும் என்று சற்றும் எதிர்பார்க்கவில்லை. இந்த உரைகளாலும், மண்புழு உரம் பற்றிய செய்திகளாலும் பெரிதும் ஊக்குவிக்கப்பட்ட இவர் அவருடைய வீட்டிலேயே பரிசோதனையில் ஈடுபட்டார். இந்திரா நகர், பெசன்ட் நகர் போன்ற அண்டைப் பகுதிகளில் உள்ள தனி வீடுகளிலிருந்து சமையலறைக் கழிவுகளைச் சேகரித்து மண்புழு உரம் தயாரிக்க விழைந்தார். இத்திட்டம் உடனடி வெற்றியைத் தந்ததோடு, மாதந்தோறும் கிடைக்கும் 10-15 கிலோ மண்புழு உரத்தை நண்பர்களுக்கு கிலோவுக்கு ரூ. 5 வீதம் விற்பதன் மூலம் ஆதாயத்தையும் பெற்றுத்தந்தது. இன்று அவர் கனரா வங்கி மற்றும் மாவட்ட தொழில் வளர்ச்சி மையம் ஆகியவற்றின் ஆதரவோடு பல திட்டங்களைச் செயலாற்ற உள்ளார்.

கடந்த இரண்டு ஆண்டுகளாக சமூக அளவில் உரத்தயாரிப்பில் ஈடுபட்டு வருகிறார். கலாஷேத்ராவில் உள்ள நான்கு குடியிருப்புகளில் சேகரிக்கப்படும் குப்பைகள் பிரிக்கப்பட்டு உரமாக்கப்படுகின்றன. அருகில் உள்ள சேரியில் வாழும் இரண்டு பெண்களுக்கு அவர் வேலை வாய்ப்பு அளித்துள்ளார். மாதந்தோறும் கிடைக்கும் 300 கிலோ முதல் 500 கிலோ எருவாக விற்பதன் மூலம் கிடைக்கும் வருமானம் வேலையாட்களின் சம்பளத் தேவையைப் பூர்த்தி செய்கிறது. மாசுபாடற்ற சுற்றுச்சூழல் அவருக்குத் திருப்தியை அளிக்கிறது.

தற்பொழுது அவர் சி.எல்.ஆர்.ஐ. வீட்டு வாரியக் குடியிருப்புகளையும் சேர்த்துக் கொண்டுள்ளார். திருமதி சுபாஷ், அவர் திட்டத்தை அறிமுகப்படுத்துவதற்கு முன்பு வரை இந்தக் காலனியில் தினமும் 50 லிருந்து - 60 கிலோ குப்பைக் கழிவுகளை

எரித்துக் கொண்டிருந்தார்கள். பிரிக்கப்பட்ட குப்பைகள் மண்புழுக் குழிகளில் பரப்பப்பட்டு, 2000 மண்புழுக்களால் நிரப்பப்படும். மண்புழுக்களின் எண்ணிக்கையும், அதன் வகையும், இலை தழைகளுக்கும், சமையலறைக் கழிவுகளுக்கும் ஏற்ப வித்தியாசப்படும். இந்தக் காலனியின் மூன்று வேலையாட்களின் உதவியுடன் இக்குழி பராமரிக்கப்படுகிறது. அவர், முதல் அறுவடையான 3 டன் உரத்திற்காகவும் அதனால் கிடைக்கப்போகும் ரூ. 10,000 - ரூ. 15,000 வருமானத்திற்காகவும் ஆவலாக காத்திருந்தார். இந்த உரத்திற்காக அவரை இயற்கை வேளாண்மையில் ஈடுபட்டுள்ள அவருடைய நண்பர்கள் அணுகி உள்ளனர்.

இவர் சென்னையில் எம்.எஸ். சுவாமிநாதன் ஆய்வு நிறுவனத்தினால் நடத்தப்பட்ட மகளிர் உயிர் தொழில்நுட்பத் திட்டத்தினால் பலன் பெற்றவர்களுள் ஒருவர். அவருடைய திட்டங்களுக்காக நிதி வசதியும், நில வசதியும் அளிப்பதாக அவர்கள் வாக்களித்துள்ளனர்.

அவருடைய திட்டங்கள் அனைத்திலும் பெரிய பிரச்சனையாக இருந்தது பிரிக்கப்படாத குப்பைகளாகும். குடியிருப்போரே கழிவுகளைப் பிரிக்க ஊக்குவிக்கப்பட வேண்டும் என்று அவர் கருதுகிறார். விவசாய நிலங்களுக்கு உரிமையாளர்களான பெண்களை இயற்கை உரத்தயாரிப்பில் ஈடுபடச் செய்வதிலும் அவர் வெற்றி கண்டுள்ளார்.

தொடக்கத்தில் அவர் நிர்வாக அளவில் பிரச்சனைகளை எதிர் கொண்டார். குடிசைத் தொழிலாகத் திட்டத்தை நடைமுறைப் படுத்துவது பற்றி மக்கள் சந்தேகம் கொண்டிருந்ததால் அவரிடம் வேலை பார்க்க அவர்கள் தயங்கினார்கள். ஆயினும், இன்று மண்புழு உரம் தயாரிப்பது குடிசைத் தொழிலாக மட்டுமன்றி பெரிய அளவிலும் வெற்றிகரமாக செயல்படுத்தலாம் என்று அவர் நிரூபித்துவிட்டார். தற்பொழுது சி.எல்.ஆர்.ஐ. எம்.எஸ். சுவாமிநாதன் ஆய்வு நிறுவனம், கலோஷேத்திரா நிறுவனம் போன்ற பெரிய நிறுவனங்களின் இயற்கைக் கழிவுகளையும் மண்புழு உரமாக மாற்றுவது பற்றிய சிந்தனைகளில் இருக்கிறார்.

முடிவுரை

இயற்கை ஒவ்வொரு மண்ணிற்கும் அதற்கேற்ப தாவரங்களையும் உயிரினங்களையும் கொடுத்துள்ளது. மண்புழுக்கள் மண்ணில் வசிப்பவையாதலால், ஒவ்வொரு வகை மண்ணுக்கும் ஏற்ப தரத்திலும் எண்ணிக்கையாலும் வேறுபட்டுக் காணக்கூடிய தன்மையைப் பெற்றுள்ளன. கடந்த 18 வருட மண்புழு ஆய்வில் நான், நம்முடைய நாட்டின் பல்வேறு பகுதிகளில் பலவிதமான மண்புழுக்களை பார்த்திருக்கிறேன். அவற்றில் லாம்பிட்டோ மாரிட்டீ என்ற மண்புழு வகை, இயற்கை திடக்கழிவுகளை, உயிர்சிதைவு செய்வதிலும் மோசமான மண்ணின் தரத்தைக் கூட்டுவதிலும் சிறப்பான பங்கு வகிக்கிறது. இவ்வகை மண்புழுக்கள் பல்வேறுபட்ட வகை மண்ணையும், வேறுபட்ட நிலைகளையும் ஏற்றுக்கொள்கின்றன. மாறுபாடுள்ள மணல் முதல் உயர்ந்த அல்கலைன் சத்துள்ள மண் வரை பல்வேறுபட்ட மண்ணினை இவை ஏற்கின்றன. லக்னோவிலுள்ள உத்திரப்பிரதேச நில வளர்ச்சிக் கழகத்தின் முதல்கட்ட சோதனைகளில் அல்கலைன் சத்து அதிகமுள்ள மண்ணில் அல்கலைன் சத்துக்களை குறைத்து மண்ணின் தரத்தை மேம்படுத்தி மண்ணை மீட்க மண்புழுக்கள் பயன்படுத்தப்பட்டு நல்ல பலன் கிடைத்துள்ளது.

உயிரியல் துறையில் சிறப்பான விலங்காக பெரிய அளவில் ஏற்றுக்கொள்ளப்பட்ட நிலையும், அவற்றின் ஒளி உமிழ்திறனும், அவற்றின் மருத்துவ குணங்களும், லாம்பிட்டோ வகை மண்புழுக்களை மற்ற வகை மண்புழுக்களோடு ஒப்பிடும்போது அவை ஒரே மேல்மட்ட புழுவாக, வியக்கத்தக்க புழுவாக என்னைக் கவர்கின்றன.

அருஞ்சொற்பொருள்

அஸோட்டோபாக்டர் (*Azotobacter*): நைட்ரஜன் பொருத்தத்திற்கு உதவும், மண்ணில் வசிக்கும் பாக்டீரியா வகை.

அஸோலா (*Azolla*): ஒளிச்சேர்க்கைகள் மூலம் நைட்ரஜன் பொருத்தம் செய்யும் அனபேனா அஸோலா எனும் நீலப்பச்சை பாசி வசிக்கும் இலைத் துவாரங்களைக் கொண்ட நன்னீர் பரணி வகை. நெல் சாகுபடியில் உயிர் உரமாக பயன்படுத்தப்படுகிறது.

உயிர் ஒளி உமிழ்த்திறன் (*Bioluminescence*): சில உயிரினங்களின் ஒளி உமிழ்வுத்திறன்.

உலர் வரிகள் (*Windows*): நீண்ட வரிசைகளில் குவிக்கப்படும் அங்ககக் கழிவுகள்.

கருப்புப்பெட்டி (*Black Box*): ஒரு விமானத்தில் ஒவ்வொரு இயக்கமும், துல்லிய விவரமும் அதன் கருப்புப் பெட்டியில் பதிவாகிறது. அதேபோன்று சூழலமைப்பின் ஒவ்வொரு துல்லியமான அம்சத்தின் மூலம் இயற்கை இயங்கி வருகிறது. ஒரு சூழலமைப்பின் ஒரு சில அம்சங்கள் மட்டுமே ஏற்றுக் கொள்வது அல்லது புறக்கணிப்பது என்பது அரைகுறை அணுகுமுறையாகும். கருப்புப் பெட்டி அணுகுமுறையே முழுமையானது.

கன்னி இனப்பெருக்கம் (*Parthenogeneis*): விந்து இல்லாமலேயே முட்டை வளர்ந்து இனப்பெருக்கத்தை ஏற்படுத்துதல்.

சமூக அமைப்பு (*Community*): ஒரு குறிப்பிட்ட வரையறையில் வாழும் உயிரினத் தொகைகளின் ஒருமித்த குழுமம்.

சீரமைப்பு (*Synchrony*): மண் பராமரிப்பின் மூலமும், உள்ளீடுகளின் தரத்தைக் கட்டுப்படுத்துதல் மூலமும் உள்ளீடுகளிலிருந்து

சத்துக்கள் வெளிப்படுவதும், தாவர வளர்ச்சித் தேவைகளும் சீராக, ஒத்த காலத்தில் நிகழ்வது.

தழை உரம் (Green manures): மண்ணின் அங்ககப் பொருளின் திருப்திகரமான பராமரிப்புக்காக, வேதி உரங்களின் மூலம் நைட்ரஜனைப் பயன்படுத்துவதற்கு மாற்றாக தழை உரம் பயன்படுத்தப்படுகிறது.

தாவர உண்ணிகள் (Phytophagous): இலைக்குப்பை, இதர மக்கும் பொருட்களை உண்ணும் உயிரினங்கள்.

நாங்கூழ் மண் (Vermicastings): மண்புழுக்களின் கழிவு இவற்றின் ஊட்டச்சத்து அளவு, சுற்றியுள்ள மண்ணைக் காட்டிலும் உயர்வாகவுள்ளது.

ம.த.தா.வே (VEMP): மண்புழு உரம் - தழைகள் - தாவர வேர் ஆகியவற்றிற்கிடையே நடைபெறும் இடைவிளைவுகள்.

மட்குண்ணிகள் (Saprophages): அங்ககப் பொருட்களை உண்ணுவதன் மூலம் அவற்றைச் சிதைவுறச் செய்பவை.

மண் உருவாக்கம் (Pedogenesis): மண் உற்பத்தி மற்றும் பெருக்கம்.

மண்புழு செறிவூட்டப்பட்ட நீர் (Vermiwash): மண்புழுக்களின் நடவடிக்கையுள்ள பகுதியின் ஊடே சென்று பின்பு வெளியேறும் திரவ உரம். இது தாவரங்களின் மீது தெளிப்பதற்கு மிகவும் உகந்தது.

மண் தாவர உண்ணிகள் (Geophytophagous): மண் மேற்பரப்பில் காணப்படும் மண்ணுடன் கலந்த இலைக் குப்பையை உண்ணும் உயிரினங்கள்.

மண்புழு தொழில்நுட்பம் (Vermiwash): உள்ளூர் வகை மண்புழுக்களைக் கொண்டு அங்ககக் கழிவுகள்/ குப்பை ஆகியவற்றை உரமாக்க, உயிரியல் மற்றும் உயிர் தொழில்நுட்ப ஆய்வு மையத்தில் பயன்படுத்தப்படும் தொழில்நுட்பம (மண்புழு உந்து தொழில்நுட்பம்)

மண்புழுப் படுகை (Vermibed): 5 செ.மீ உயரமுள்ள உடைந்த செங்கல், பெருமணல் கலவையின் மீது 15-20 செ.மீ உயரத்தை சேறு போன்ற மண்ணைக் கொண்டு இது உருவாக்கப்படுகிறது.

உணவிற்காகச் சிறிது மாட்டுச் சாணமும் வைக்கோலுடன் மண்புழுக்கள் இப்படுகையில் அறிமுகப் படுத்தப்படுகின்றன. இப்படுகையில் மண்புழுக்கள் வளர்ந்து பெருகுகின்றன.

மண்புழு வளர்ப்பு *(Vermiculture):* மண்புழுக்களை வளர்க்கும் முறை.

வெயிகுலார் அர்பஸ்குலார வைக்கோரிசே *(VAM) (நன்மை பயக்கும் பூஞ்சை):* இவ்வகை பூஞ்சை வளரும் தாவரங்களின் வேர்களுடன் நன்மை தரும் வகையில் கூட்டுச் சேர்ந்து தாவர வளர்ச்சியை அதிகரிக்கின்றது.